अनंत माझी ध्येयासक्ती

सुवर्णमंदिरासाठी प्रसिद्ध असलेल्या अमृतसर ह्या सुंदर शहरात सुमेधा महाजनचा जन्म झाला. ती एक उद्योजिका, धावपटू, प्रेरक व्याख्याने देणारी वक्ती आणि लेखिका आहे. विविध व्यवसायांना त्यांची धोरणे राबविण्यासाठी मदत करणाऱ्या कर्ता बिझनेस कन्सल्टिंग कंपनीची ती संस्थापक आणि सीईओ आहे. ती विवाहित असून सध्या मुंबईत राहते.

अधिक माहितीसाठी पहा – www.sumedhamahajan.com

कौतुकाचे शब्द

चिकाटी आणि कठोर परिश्रमांनी काय साध्य होऊ शकते हे सुमेधासारख्या असामान्य व्यक्तीने दाखवून दिले आहे. जन्मतः दमा असलेली व्यक्ती १५०० किलोमीटर पळते, यावरूनच आपल्याला दिसते, की मनात ध्येय निश्चित असेल, तर कितीही अशक्य वाटले तरी माणूस निर्धाराच्या बळावर ते साध्य करू शकतो. अशा प्रकारचे आव्हान पेलण्याचे स्वप्न बघितल्याबद्दल आणि ते पूर्ण केल्याबद्दल माझ्याकडून तिला शुभेच्छा! हे पुस्तक अनेकांना प्रेरणादायी ठरेल आणि आपल्या स्त्रिया कशातही मागे नाहीत हेदेखील सिद्ध करेल अशी माझी खात्री आहे.

–मिल्खा सिंग

अनंत माझी ध्येयासक्ती

एका सामान्य स्त्रीची असामान्य
अंतर धावण्याची कहाणी

सुमेधा महाजन

अनुवाद : आश्लेषा गोरे

VISHWAKARMA
PUBLICATIONS
VP

अनंत माझी ध्येयासक्ती

Miles To Run Before I Sleep
First Published in English by :
Rupa Publications India Pvt. Ltd. 2015

ISBN : 978-93-83572-09-0

प्रथमावृत्ती : जानेवारी २०१६

प्रकाशक : विश्वकर्मा पब्लिकेशन्स
२८३, बुधवार पेठ, सिटी पोस्टाजवळ,
पुणे ४११ ००२.
फोन : ०२०-२०२६११५७/२४४४८९८९
info@vpindia.co.in
www.vpindia.co.in

अनुवाद : आश्लेषा गोरे

विशेष सहाय्य : योगिता वैद्य

मुखपृष्ठ : अभिषेक दरेकर

मांडणी : राजेश बारड

स्वतःकडेच आरशात बघा!

आठवा तुम्ही आतापर्यंत केलेला झगडा.

आठवा प्रतिकूल परिस्थितीतही तुम्ही कसे पाय रोवून उभे राहिलात ते,
तुम्ही सांडलेले ते अश्रू आठवा.

सर्वजण तुम्हाला खाली खेचत असताना तुम्ही स्वतःलाच कसे सावरलेत
ते आठवा.

तुम्ही आणि फक्त तुम्हीच या सगळ्यातून तरून गेलात.

तुम्हीच तुमचे स्फूर्तिस्थान आहात.

स्वतःमध्ये सुधारणा करा आणि अजून मोठ्या गोष्टींची आस धरता यावी
म्हणून प्रयत्न करा.

सर्व बंधने तोडून आपल्या स्वप्नांच्या मागे गेलेल्या समस्त हिंमतवान
माणसांना आणि आपापली बंधने तोडून स्वप्नांच्या मागे जाण्यासाठीची
प्रेरणा हवी असलेल्या सगळ्या माणसांना मी हे पुस्तक अर्पण करते.

ओम श्री साईनाथाय नमः।

अनुक्रमणिका

अनुक्रमणिका

प्रस्तावना

मला उशिरा जाग आली ती काहीशा उत्सुक पण गोंधळलेल्या आणि घाबरलेल्या अवस्थेत. आयुष्यात एखाद्या वेळेसच मिळू शकते अशी संधी माझ्यापुढे उभी ठाकली होती. माझ्या मनाची तयारी झाली होती. आता फक्त घरच्यांना फोन करून त्यांची परवानगी मिळवायचे सर्वात भयंकर काम बाकी होते.

मी बाबांना फोन लावला. सकाळचे सात वाजले होते. फोन केला तेव्हा, एव्हाना पपांचा लॉन टेनिसचा खेळ अर्धा झाला असेल हे मला चांगलेच माहिती होते. पण काहीही करून त्यांनी फोन उचलावा असे मला फार तीव्रतेने वाटत होते. मी आपल्या स्वप्नाचा पाठपुरावा करावा यासाठीचा तो कौल असेल असे मला वाटत होते.

आणि त्यांनी फोन उचलला.

क्षणभर जणू माझा श्वासच रोखला गेला. मी हळूच पुटपुटले, ''हॅलो पपा, तुम्हाला खेळ मधेच सोडून यावं लागलं का?''

त्यांचा मूड चांगला वाटत होता. ''अगं आत्ताच एक सेट संपला. आम्ही जिंकलो. अगदी बरोबर वेळेला फोन केलास. तुझी कालची मिलिंद बरोबरची मीटिंग कशी झाली?''

अर्थातच गेल्या चोवीस तासात माझे काय झाले होते याबद्दल माझ्या वडिलांना जराही कल्पना नव्हती.

''पपा,'' मी घाबरतच सुरुवात केली, ''काल वेगळंच काहीतरी घडलंय. मिलिंद सोमणने मला, तो आणि त्याची टीम यांच्याबरोबर दिल्ली ते मुंबई पळणार का?'' असं विचारलंय.

''अरे वा! चांगलं आहे की. पण तुम्ही कशाकरता पळणार? किती लोक आहेत तुमच्याबरोबर?''

माझ्या छातीचा ठोकाच चुकला. म्हणजे ते हो म्हणाले होते की काय? मला उगीचच काळजी वाटत होती?

मी म्हणाले, ''लोकांनी निरोगी आयुष्य जगावे आणि पर्यावरणाची काळजी घ्यावी याचा प्रचार करण्यासाठी पळणार आहोत. चार पुरुष आणि दोन मुली असणारेत. त्या दोन मुलींपैकी एक मी असणारे.''

''चमत्कारिकच आहे! इतकी लहान टीम कशासाठी? निदान कार तरी बरोबर घेणार आहात ना? तुझ्या नवऱ्याला सोबत घे मग. तुम्ही स्वतःची कार घेऊन पण जाऊ शकाल. म्हणजे तुम्हालाही जरा सुटं, स्वतंत्रपणे जाता येईल. मग कधी जाणार आहात?''

माझ्या पोटात खड्डाच पडला.

''पपा, तुम्हाला समजलंच नाही मी काय म्हणाले ते. मिलिंद सोमणने मला पळणार का असं विचारलंय. म्हणजे प्रत्यक्ष आपल्या पायांनी तीस दिवसात दिल्ली ते मुंबई पळायचं. पर्यावरणाबद्दल जागृती निर्माण व्हावी म्हणून ही मरेथॉन पळायची आहे.''

''तुझं काय डोकं फिरलंय का? दिल्ली ते मुंबई? ही काय चेष्टा आहे? आणि तुझं काम, तुझ्या घरचे यांचं काय? अगं चिनू, हे तुझं मुलाबाळांच्या मागे धावायचं वय आहे, ह्या असल्या शहराशहरातल्या मरेथॉन पळण्याचं नाही. तुझ्या गुडघ्यांची वाट लागेल ह्या पळण्याने!'' आणि मग अचानक ते पुढे म्हणाले, ''चल मला पुढचा गेम सुरु करायचाय,'' आणि फोन ठेवून दिला.

आईशी पण काही यापेक्षा बरं बोलणं झालं नाही. पण बाबांशी झालेल्या त्या बोलण्यानंतर मला एकदमच शांत आणि निश्चयी वाटत होतं.

''अगं चिनू, आत्ता कुठे तुला झालेली मोठी जखम भरून येते आहे आणि तू १५०० किलोमीटर पळायचं म्हणते आहेस! तू आता अठ्ठावीस वर्षांची आहेस आणि आत्ताच एवढ्या तब्येतीच्या तक्रारी आहेत. आता जास्त उशीर व्हायच्या आधी तुला बाळ व्हायला हवं.'' आई माझ्या विनवण्या करत होती.

''ममा, मी एकदम छान आहे गं. माझ्यात व्यवस्थित ताकद आहे आणि मला माहितेय मला हे जमेल. एकदा हे पळून झालं ना की मी नक्की बाळाचा विचार करेन. एक महिन्याचा तर प्रश्न आहे.'' मी तिला समजवायला बघत होते.

''म्हणजे अरविंदला पण चालणार आहे? तुम्हा दोघांचीही डोकी फिरलीयेत का?'' तिने आवाज चढवला.

''आमचं काल सविस्तर बोलणं झालंय. आम्ही दोघांनीही मिळून ठरवलंय की मी हे अंतर पळावं.''

''मग तू आम्हाला कशाला विचारतीयेस? जा. पळ!'' तिने मला फटकारले.

''ममा, तुला माहितेय तुम्ही हो म्हटल्याशिवाय मी हे करणार नाही. हा सगळा कार्यक्रम एका मीडीया कंपनीने आखला आहे आणि माझी अगदी छान काळजी घेतली जाणार आहे. एकदा का मुलं झाली की मी कधीच असं पळू शकणार नाही. प्लीज हो म्हण आणि तुझे आशीर्वाद दे.''

''तुला ह्याचे पैसे मिळणार आहेत का?''

''मी पैशांसाठी पळत नाहीये ममा, माझ्यासाठी पळतीये. देशातल्या सर्वात उत्तम पळणाऱ्या हौशी लोकांबरोबर मी पळणार आहे. ही फार मोठी गोष्ट आहे ममा. आपल्या देशात आजपर्यंत हे कोणीच केलं नाहियेे. मी पैसा देऊ शकत नाही. पण अक्षरशः माझा घाम आणि जीव यात ओतणार आहे आणि ही गोष्ट तेवढ्या लायकीची आहे, अशी माझी खात्री आहे.''

आई बराच वेळ गप्प होती. नंतर ती थंडपणे एवढंच म्हणाली, ''तुला कळतंच नाहीये तू काय करतीयेस. फार अल्लडपणे वागतीयेस आणि हे वागणं सुधारलं नाहीस तर स्वतःचा सगळा संसार उध्वस्त करशील. एकदातरी परिणामाचा विचार कर. नुसता घाम आणि तुझा जीव यापेक्षा खूप काही जास्त तुला यात ओतावं लागणार आहे.'' एवढे बोलून तिने तुटकपणे फोन ठेवून दिला. तिचे बोलणे बराच वेळ माझ्या डोक्यात घुमत होते. आता मला एकदम उदास वाटू लागले. आपल्या निर्णयाबद्दल अजूनच भीती वाटू लागली.

माझ्यापेक्षा फक्त चौदा महिन्यांनी मोठी असलेली माझी बहीण, माझी एकदम घट्ट मैत्रिण होती. ती कायमच माझी खूप काळजी घेई. लहान असताना तीच मला त्रास देणाऱ्या मुलांपासून वाचवत असे आणि

अभ्यासात मदत करत असे. ती माझ्याबरोबर सर्व काही वाटून घेत असे आणि मी जे काही ठरवेन त्यात कायम माझ्या पाठीशी ठामपणे उभी राही. इतर कोणाहीपेक्षा ती मला जास्त चांगले ओळखत होती. मी आधारासाठी तिच्याकडे वळले.

तिने माझे बोलणे ऐकले आणि तिनेसुद्धा फोन खाली आपटला.

ह्या सगळ्यामध्ये माझा लहान भाऊ एकटाच रुपेरी किनारीप्रमाणे निघाला. ''भारीच ताई! आम्हाला तुझा अभिमान वाटेल असंच काहीतरी कर. चक दे!'' तो फोनवर जवळजवळ ओरडलाच. माझ्या चेहेऱ्यावर हसू येण्यासाठी एवढं पुरेसं होतं, आणि ह्यावेळेस आलेले अश्रू आनंदाचे होते.

तो दिवस होता ५ एप्रिल २०१२. आम्हाला फक्त १२ दिवसांमध्ये सुरुवात करायची होती. मला दिवसाला कमीतकमी ३० किलोमीटर तरी पळायला हवे होते आणि तेही दुपारच्या वेळात. शरीराला उकाड्याची आणि दमट हवेची सवय व्हावी यासाठी ते आवश्यक होते. तयारीसाठी फारच कमी वेळ उरला असतानाही मी आणि माझ्या नवऱ्याने साईबाबांचा आशीर्वाद घेण्यासाठी शिर्डीला जायचे ठरवले. मी बाबांची एकदम कट्टर भक्त आहे आणि त्यांच्याकडून कोणताही कौल मिळाल्याशिवाय एवढे मोठे धाडस करायचा विचारही करू शकले नसते.

आम्ही पुढच्याच शनिवारी मुंबईवरून साईबाबांच्या दर्शनासाठी शिर्डीला गेलो. दुर्दैवाने त्या दिवशी नेहेमीपेक्षा जास्तच गर्दी होती आणि मंदिराची दारे लवकरच बंद झाली. मी हताश झाले. बाबांच्या पवित्र समाधीपाशी पोहोचूनही दर्शन झाले नाही असे माझ्याबाबतीत पहिल्यांदाच झाले होते. बाबा माझ्यावर रागावले होते का? हाच त्यांचा कौल होता का?

मला माझ्या निर्णयाविषयी शंका येऊ लागली. मी त्यांच्या चेहेऱ्याचे लांबून ओझरते तरी दर्शन व्हावे म्हणून सामाधीपाशीच बसून राहिले. एखाद्या मुलीसारखी मी त्यांच्याशी बोलले आणि त्यांना किंवा माझ्या आजूबाजूच्या कोणाला दुखावले असेल तर त्याबद्दल त्यांची क्षमा मागितली. त्यांनी मला त्यांच्या संमतीचा कौल द्यावा म्हणून विनवणी केली.

पण काहीच घडले नाही. शेवटी आम्ही परत मुंबईला निघालो. थोड्याच वेळात मी हमसून रडायला लागले. ह्या सगळ्या चिंता आणि काळज्या माझ्या मलाच निपटल्या पाहिजेत हे नवरा जाणून होता. आणि त्याला हे कळले याचे मला फार बरे वाटले. त्याने एका ओसाड ठिकाणी गाडी थांबवली आणि मला खाली उतरवले. पश्चिम घाटाने वेढलेल्या त्या ओसाड माळरानावर तो नेत होता त्याप्रमाणे आम्ही चालू लागलो. मी काहीही न बोलता रडत, प्रार्थना करत तिथे बसले आणि त्याने मला फक्त घट्ट धरून ठेवले.

आम्ही तिथे असे साधारण तासभर बसलो असू. अचानक दोन बगळे उडत आले आणि आमच्यापासून थोड्याच अंतरावर असलेल्या दगडावर येऊन बसले. ते माझ्याकडे जणू काही एकटक बघताहेत असे वाटत होते. जसे काही ते माझ्या मनाचा तळ गाठू बघत होते आणि माझ्या अगदी खोलवरच्या इच्छा त्यांना दिसत होत्या. ते मला आपल्या मनाचे ऐकायला सांगत होते. मला माझा कौल मिळाला. नवऱ्याकडे पाहून मी म्हटले, ''करू या हे आपण.''

मला इतिहास घडवायचा होता. तो मी घडवला. सहा लोकांनी १५०० किलोमीटर अंतर तीस दिवसांत पार करून विक्रम केला. आणि ही शर्यत पूर्ण करण्यासाठी अगणित अडचणींशी लढा दिलेली अशी मी एकटी स्त्री होते.

१

एक तकलादू नमुना

'मी पळावे' हे अपेक्षित नाही.

अमृतसरसारख्या ऐतिहासिक शहरामध्ये एक दमेकरी म्हणून माझा जन्म झाला. आधुनिकतेचा स्पर्शही न झालेले पण देशाचे विधिलिखित ज्याने बदलून टाकले अशा रक्तलांछित घटनेचे साक्षीदार असलेले हे शहर.

मी लहानाची मोठी होत असताना हवा अगदी ताजी आणि अप्रदूषित होती. दमा हा बहुधा फक्त म्हाताऱ्या लोकांना होत असे. शाळेच्या सुरुवातीच्या दिवसांमध्ये माझ्या वर्गातील मुलं-मुली अज्ञान आणि भीती यामुळे माझ्यापासून लांबच राहत. जणू काही दमा हा एक संसर्गजन्य रोग होता. डबा खायच्या सुट्टीत माझ्याशी कोणीही बोलत नसे, खेळत नसे किंवा माझ्याबरोबर डबाही खात नसे. मी जशी काही त्यांच्या जगात नव्हतेच. पण मला त्यांचा राग येत नसे. आजारी माणसांपासून लांब राहायला त्यांना शिकवले गेले होते आणि

त्यांच्या दृष्टीने मी कायमच आजारी असे.

हा भेदभाव फक्त शाळेपुरताच नव्हता. माझी आई डॉक्टर असूनही आणि माझ्याबरोबर खेळण्यात काहीच धोका नाही असे घरच्यांनी सर्व मुलांना परत परत सांगूनही मला अगदी कमी मित्र-मैत्रिणी होते. काही आत्ते-मामे चुलत भावंडं आणि काही स्नेह्यांची मुलं सतत माझी कीव करत... ''तुझ्या मागच्या जन्मीच्या पापांचं फळ म्हणून तुला हा त्रास होतोय. तुझ्याशी कधीच कोणी लग्न करणार नाही हे आम्हाला पक्कं माहीतेय. तू सतत आजारी असतेस. अगदी आपल्या आजीसारखी खोकतेस.'' ते मला तकलादू नमुना किंवा दादीमाँ म्हणून चिडवत. माझ्या घरातली माणसे आणि अगदी हाताच्या बोटांवर मोजता येतील इतके स्नेही एवढेच लोक माझ्याशी चांगले वागत.

खेळण्या-बागडण्याच्या आणि मित्रमंडळी जमविण्याच्या वयात ह्या आजाराला कसे तोंड द्यावे याच्या सूचना मी इतर दमेकरी रुग्णांकडून ऐकत होते. इतर मुले जेव्हा खेळत असत तेव्हा मी बहुतेक वेळा घरातच बसून राही. इनहेलर हा माझा कायमचा सोबती होता. माझ्या आईवडिलांनी सर्व प्रकारचे उपचार करून पहिले, दम्याच्या रुग्णांचा अनुभव असलेल्या मित्रांशी माझ्या आजाराबद्दल चर्चा करून काय काळजी घ्यावी हे समजून घेतले. माझ्या अवस्थेबद्दल वाटणारी चिंता आणि दुःख याचा त्यांच्या हसऱ्या चेहऱ्याने कधीच थांग लागू दिला नाही.

सुगीच्या दिवसांत माझी अवस्था अर्थातच अजून बिकट होत असे. रात्र-रात्र झोप लागत नसे. हॉस्पिटलमध्ये मी तासन्तास पडून राही. तिथले वातावरण दुःख, हताशपणा ह्यांनी भरलेले असे. तिथल्या खोल्यांमध्ये, जाण्यायेण्याच्या वाटेत आजारी, अशक्त आणि मरणोन्मुख माणसांची गर्दी असे. हॉस्पिटलबद्दल मला वाटणाऱ्या भीतीचे आणि तिटकाऱ्याचे मूळ त्या दुःखद दिवसांमध्ये आहे.

मी सतत चिडचिडलेली असे. कोणालाही जुमानत नसे. कोणी माझी काळजी घेतलेली किंवा शुश्रूषा केलेली मला अजिबात आवडत नसे. मला मोकळेपणा हवा होता. माझ्या मोठ्या बहिणीसारखेच लोकांनी मला एखाद्या मोठ्या व्यक्तीसारखे वागवावे, माझ्यावर विश्वास टाकावा असे

वाटे. रात्री कधी तरी मी हवेतल्या हवेत मूठ उगारून देवाला विचारी, मीच काय म्हणून? मला कधीच काही उत्तर मिळाले नाही.

आई-बाबांचा पाठिंबा नसता तर असेच स्वतःची कीव करत बसायचे व्यसन लागून मी वाहवत गेले असते.

मी आशा सोडली असली तरी सुदैवाने त्यांनी सोडली नव्हती. ते मला एखाद्या सर्वसाधारण मुलाला वागवावे तसेच वागवत. मुले वाढविण्याच्या त्यांच्या खास लोकशाही पद्धतीनुसार माझे आणि माझ्या बहिणीचे अशी दोघींची नावे त्यांनी लॉन टेनिससाठी घातली.

सुरुवातीला आम्हा दोघींनाही सारखेच कडक प्रशिक्षण सुरू केले; पण लवकरच आमच्या सरांनी हात टेकले. ''तुमची धाकटी मुलगी कोणताही खेळ खेळण्यासाठी फार अशक्त आहे. ती काही लॉन टेनिस खेळताना तग धरू शकणार नाही.'' त्यांनी माझ्या बाबांना सांगून टाकले.

माझे बाबा अमृतसरच्या DAV कॉलेजमध्ये इतिहासाचे प्राध्यापक आहेत आणि त्यांना खेळ अतिशय प्रिय आहे. त्यांच्या काळात ते राज्यपातळीवर लॉन टेनिस खेळत. आम्ही त्यांना खेळताना बघतच लहानाचे मोठे झालो. आपल्या लॉन टेनिसच्या प्रेमाचा वारसा आपल्या मुलांनाही मिळावा असे त्यांना वाटे.

त्यामुळे जेव्हा बाबांनी सरांचे बोलणे ऐकले तेव्हा ते हसण्यावारी न नेता ते त्यांच्यावर भयंकर चिडले. तुम्हा मुलींना मी स्वतःच शिकवीन. आम्हाला ते म्हणाले आणि ''माझ्या मुलीला अशक्त किंवा आजारी म्हटलात तर खबरदार!'' ते सरांवर ओरडले.

त्यांनी मला आणि माझ्या बहिणीला शिकविण्यास सुरुवात केली आणि त्यांच्या देखरेखीखाली मला कोणतीही खास वागणूक मिळणार नाही याची दक्षता घेतली. मला माझ्या बहिणीसारखेच सर्व व्यायामप्रकार करावे लागत. आम्ही सकाळी लवकर उठून शाळेला जायच्या आधी एक-दोन तास शिकत असू. नंतर जेव्हा पपा संध्याकाळी कॉलेजमधून परत येत तेव्हा आम्ही सरावासाठी टेनिस कोर्टवर आधीच पोहोचलेले असू. मला धाप लागली असली तरी त्यांनी कधी विश्रांती घेऊ दिली नाही. बघणाऱ्याला

वाटे, किती क्रूर आहे हा माणूस! पण ते असे का करत होते हे आम्हाला दोघांनाही माहीत होते. जग काय म्हणेल याची त्यांनी कधीच पर्वा केली नाही. ते आम्हाला एवढेच सांगत–

''मत कर तू रहम इतना कि दुसरा इसे तेरी कमजोरी समझ ले,
मत कर तू प्यार इतना कि कोई तेरे दिल को खिलौना
समझ खेल जाये।
बस कर तू काम अपना कि मेहनत का फल तेरा अधिकार बन जाये।''

(कोणाला इतकी दया दाखवू नकोस की दुसऱ्याला तो
तुझा दुबळेपणा वाटावा,
इतके पण प्रेम करू नये की कोणी तुझ्या हृदयाशी खेळावे,
तू फक्त तुझे काम करत रहा, मग तुझ्या कष्टाचे फळ मिळणे
हा तुझा हक्क असेल.)

लॉन टेनिसने माझे सर्व जगच बदलून टाकले. आयुष्यात पहिल्यांदाच मी एखाद्या सामान्य मुलाप्रमाणे बाहेरच्या मोकळ्या हवेत बागडत होते. कोणतीही काळजी न करता उन्हात खेळत होते. मी काही फार भारी खेळत होते असे नाही, पण मी खेळत होते याचाच आनंद मला होत होता. कोणाशीही स्पर्धा करण्यापेक्षा खेळाचा आनंद घेणे अधिक महत्त्वाचे होते. जिंकणे हा त्या खेळाचा उद्देशच नव्हता. लॉन टेनिस ही मला मिळालेली एक मुक्तीची वाट होती.

बाकीची मुले एखादा पॉइण्ट नाही तर गेम हरण्यावरून किंवा जिंकण्यावरून भांडत, चिडत, रडत किंवा खूष होत, तेव्हा मी एकटीच वेगळी उठून दिसे. कारण हरले तरीही मी कायमच आनंदात असे. इतरांसारखेच खेळता येणे हे माझ्यासाठी जिंकण्यापेक्षा जास्त महत्त्वाचे होते. पण मी थोडक्यात समाधान मानू लागले आहे हे वडिलांच्या लक्षात आले. ते काही मला तसे सोडणार नव्हते. ते मला अधिक कडकपणे आणि जास्त वेळ शिकवू लागले. माझ्या लवकरच लक्षात आले, की माझे वर्गमित्र जरी मला वेगळे वागवीत होते, तरी जेव्हा मी लॉन टेनिस खेळत असे तेव्हा मला बरोबरीची वागणूक मिळे. तिथे मी दादीमाँ किंवा तकलादू नमुना नसून एक खेळाडू होते. रोज ज्याची आतुरतेने वाट पाहावी असे काही तरी मला आयुष्यात मिळाले होते. मी

अजूनही जिंकण्यासाठी खेळत नव्हते. ज्या खेळामुळे मला स्वतःबद्दल छान वाटू लागले होते त्या खेळात गुंतून राहणे ही कल्पनाच मला आवडू लागली होती. पण जेव्हा पहिल्याच सामन्यात मला अत्यंत वाईट पराभव पत्करावा लागला तेव्हा माझ्या लक्षात आले, की मी कधीच हार सहन करू शकणार नाही.

हळूहळू माझा खेळ सुधारला. मला जिंकण्याचे जणू व्यसनच जडले आणि त्यामुळे मी शाळेत आणि इतर गोतावळ्यांत फार लोकप्रिय होऊ लागले. जिंकण्याच्या ह्या सवयीमुळे माझा आत्मविश्वास इतका वाढला की मी इतर सांस्कृतिक कार्यक्रमांतही भाग घेऊ लागले. एका शांत, घुम्या आणि अशक्त मुलीची जागा चळवळ्या, सर्वांमध्ये हसून-खेळून राहणाऱ्या आणि लोकप्रिय मुलीने घेतली. माझी बहीण आणि भाऊ यांच्या बरोबरीने मी त्या लहान शहरातली एक प्रसिद्ध खेळाडू बनले. ह्या दोघांबरोबर डबल्स खेळत असताना मला हरवणे शक्य नव्हते. मी खेळातच करियर करायची स्वप्ने बघू लागले.

मात्र, आपल्या देशात खेळात करियर करणे फारच खडतर आहे. आणि ज्या घरातील तीनही मुलांना तेच करायची इच्छा होती अशा घरात तुम्ही सर्वोत्कृष्ट खेळत असल्याशिवाय लॉन टेनिसमध्ये करियर करायचा प्रश्नच उद्भवत नव्हता. मी जेव्हा खरोखर परिस्थितीचा अंदाज घेतला तेव्हा माझ्या लक्षात आले, की घरच्यांनी त्यांचे सर्व काही माझ्या ह्या दिवास्वप्नासाठी पणाला लावावे इतकी मी वरच्या पायरीवर अजिबातच नव्हते. शिवाय मी त्यासाठी कोणाला दोषही देऊ शकत नव्हते.

माझी महत्त्वाकांक्षा निष्फळ ठरल्यामुळे मी परत बंडखोर होऊ लागले आणि अमृतसरमधून सुटका करून घ्यायची संधी शोधू लागले. एकदा का मी तिथून बाहेर पडले की माझ्या मनाप्रमाणे सर्व गोष्टी होतील याची मला खात्रीच होती. बेंगळुरूमधल्या एका व्यवस्थापन अभ्यासक्रमासाठी मी माझे नाव नोंदविले.

आपण आपापले स्वतंत्र झालो की आपले आयुष्य आणि आपले नशीब आपल्याच ताब्यात राहील असा माझा भाबडा विश्वास होता.

अगदी उत्तम आखणी केलेला माझा हा बेत लवकरच फिसकटणार आहे ह्याची मला सुतराम कल्पना नव्हती.

२

मी मज हरपून बसले गं!

पद आणि पगार याभोवती फिरणाऱ्या कॉर्पोरेट जगात खेळ किंवा इतर कौशल्ये यांचा फारसा उपयोग नसतो. वयाच्या एकोणिसाव्या वर्षी बेंगळुरूमध्ये दाखल झाल्यानंतर मी हा पहिला धडा शिकले. मला संपूर्ण नवीन सुरुवात करायची होती. कॉर्पोरेटमधील करियरचा एकूणच चकचकाट बघून, व्यवस्थापनशास्त्रातील पदवी घेणे हा मला समाजात मान मिळविण्याचा आणि उत्तम आयुष्यासाठीचा मार्ग वाटत होता.

पण मी निवडलेल्या व्यवसायाचे भयंकर सत्य लवकरच माझ्या समोर आले आणि घरच्यांशिवाय मला एकटीनेच त्याला तोंड द्यावे लागले. टीव्ही आणि पुस्तकांमधून आपल्याला जे सांगितले जाते तसे ते अजिबातच नव्हते. पहिला धडा म्हणजे कॉर्पोरेट जगात खेळ आणि इतर कौशल्ये यांचा फारसा उपयोग नसतो. तेथील जग फक्त तुम्ही कोणत्या ब्रँडसाठी काम करता, तुमचे पद काय आहे आणि तुमचा पगार किती याभोवतीच फिरते, हे नग्नसत्य माझ्यावर लादले गेले. मी तेव्हा एकटी होते

आणि हा आघात सौम्य होण्यासाठी लागणारा घरच्यांचा आधारही मला नव्हता. खेळण्यासाठी आणि इतर कौशल्ये शिकण्यासाठी मी आतापर्यंत जो वेळ दिला होता त्याबद्दलच मला प्रश्न पडू लागले. तो सगळा वेळ मी वाया घालवला होता की काय ? दोन वर्षांच्या व्यवस्थापनशास्त्राच्या अभ्यासाने मला एक माणूस म्हणून बदलवून टाकले होते. मी आता भाड्याने घेतलेल्या घरात स्वतंत्रपणे राहत होते आणि जगाला ताठ मानेने एकटीच सामोरी जात होते.

एका एमएनसीमध्ये मला नोकरी मिळाली तेव्हा मी फक्त साडेएकवीस वर्षांची होते. माझी आयुष्यभराची तरतूद झाली होती.

दुर्दैवाने आता माझे आयुष्य फक्त टार्गेट्स, महिनाअखेर, बढत्या आणि फायदे एवढ्यापुरतेच मर्यादित राहिले होते.

माझ्या दृष्टीने घरचे लोक मागे पडले. काही मिनिटांच्या घाईघाईत झालेल्या फोनवरील संभाषणातून मी त्यांचे काय चालले आहे हे ऐकत असे, पण डोक्यात त्यापैकी कशाचीच नोंद होत नसे ना त्या कशात तेवढा रस वाटत असे. माझे आयुष्य, माझे काम आणि माझ्या परदेशवाऱ्या त्यापेक्षा जास्त रोमांचक होत्या.

मी आईवडिलांना क्वचितच कधी तरी भेटत असे आणि त्यांनाही बेंगळुरूला येण्यासाठी फार आग्रह करत नसे. माझे बाबा आणि बहिण तर ह्या काही वर्षांमध्ये मला भेटायला आलेच नाहीत. जेव्हा केव्हा मी आजारी असे तेव्हा फक्त आई मदतीला येत असे. साधारण वर्षातून एकदा किंवा दोनदा हा प्रकार होई. ती थोड्याच दिवसांसाठी येई, आणि मीही तिला जास्त थांबवून घेत नसे. मी कामात इतकी बुडालेली होते की कुटुंबातील महत्त्वाचे दिवस त्यांच्याबरोबर साजरे करायचे कष्टही मी घेतले नाहीत. आई–बाबांच्या लग्नाच्या पंचविसाव्या वाढदिवसाला महिनाअखेरचे माझे टार्गेट पूर्ण करायचे असल्याने मी गेलेच नाही. आशिया खंडातल्या अव्वल कामगिरी करणाऱ्यांच्या सभेत भाग घेण्यासाठी परदेशवारी करायची असल्याने मी माझ्या बहिणीच्या लग्नसमारंभालादेखील गेले नाही. वरिष्ठांनी माझी दखल घ्यावी म्हणून ही मीटिंग मला महत्त्वाची वाटत होती. ह्यापेक्षाही वाईट म्हणजे लोकांना मिळालेले पद आणि त्यांचा पगार यावरून मी

त्यांच्याविषयी मत बनवू लागले होते.

मी स्वतःलाच हरवून बसले होते आणि आपली तब्येतही गमवायच्या मार्गावर होते.

बेंगळुरुला भारतातले बागांचे शहर म्हणून ओळखतात. तिथली हवा खूपच आल्हाददायक असून भरपूर झाडेही आहेत. पण हवेत परागकणांचे प्रमाण भरपूर असल्याने हे शहर दम्याच्या रुग्णांसाठी फारसे चांगले नाही. हे परागकण आणि शहरातील बांधकामांचे वाढलेले प्रमाण यामुळे माझ्या तब्येतीवर चांगलाच अनर्थ ओढवला.

निसर्ग आपल्याला धार्जिणा नाही हे माहीत असूनही मी अत्यंत बारीक होण्याचे वेड डोक्यात घेतले. चांगल्या आरोग्यदायी पद्धतीने ते करायच्या ऐवजी मी सोपा मार्ग निवडला. कामाच्या चित्रविचित्र वेळांमुळे मी लॉन टेनिस खेळणे कधीच सोडून दिले होते. पण आता ज्यामुळे भूक लागेल अशा पद्धतीच्या कोणत्याही शारीरिक कामापासून मी फारकत घेतली. माझ्या नवीन आहारात जेवण न घेणे, भरपूर कॅफिन, जेमतेम भूक भागेल इतकेच जंक फुड,कॉफी आणि मका यांचा समावेश झाला. माझे वजन फक्त ४५ किलो होते आणि त्याचा मला अभिमान वाटत होता. शिवाय ह्या सर्वांत कहर म्हणजे कामाचा वाढलेला ताण. किती तरी वेळा मला हॉस्पिटलमध्ये दाखल करावे लागले. कधी दम्यामुळे तर कधी अशक्तपणामुळे. कारण साहजिक होते- अत्यंत चुकीची जीवनशैली. माझे डॉक्टर आणि आई यांनी मला रुळावर आणायचा खूप प्रयत्न केला पण; मला यशाची आणि साइज झीरोचे कपडे घालण्याची इतकी नशा चढली होती की मी त्यांची काहीच पर्वा केली नाही.

बेंगळुरूमध्ये असताना मी खूप गोष्टी गमावल्या, पण खूप काही मिळवल्यादेखील. बेंगळुरूमध्येच अरविंद, माझा नवरा, माझ्या आयुष्यात आला.

अरविंद माझा सहकारी होता आणि आमच्या आवडीनिवडी बऱ्याच मिळत्याजुळत्या होत्या. जसजसे आम्ही अधिकाधिक वेळ एकत्र घालवू लागलो तसतसे मी किती कमी खाते हे त्याच्या लक्षात आले. तो पक्का

खवय्या होता, आणि जेव्हा आम्ही एकत्र जेवायला जात असू तेव्हा मी व्यवस्थित खाते आहे ना ह्याकडे तो हळूहळू लक्ष देऊ लागला.

मी सूप आणि सॅलड्स खायला सुरुवात केली. अरविंदने लक्ष आणि प्रोत्साहन दिल्यामुळे मी मुख्य जेवणाकडेही वळले. माझ्या वजनाबद्दल मी समाधानी नसले तरी माझी तब्येत नक्कीच सुधारली.

अरविंदचा माझ्या आयुष्यावर अनेक प्रकारे चांगला प्रभाव पडला. मी घरच्यांशी इतक्या थंडपणे आणि तटस्थ वागून फार मोठी चूक करत आहे, त्यांचे ऋण मी फेडले पाहिजे, हे त्याने माझ्या लक्षात आणून दिले.

त्यामुळे जेव्हा कंपनीने माझ्याकडे चंडीगडला– घराजवळ बदली होऊन जाण्याचा प्रस्ताव मांडला तेव्हा त्यानेच मला तो स्वीकारण्यासाठी प्रोत्साहन दिले. वरच्या पदावर बढती मिळत असूनही मी जाण्यासाठी फारशी उत्सुक नव्हते. बेंगळुरू हे एक कॉस्मोपॉलिटन शहर होते हे कारण होतेच. शिवाय घरच्यांशी परत संबध जोडायला मला जरा कसेतरीच वाटत होते. मी चंडीगडला गेल्यावर तर ते अजूनच माझ्या जवळ आले असते. मला बेंगळुरूमधले माझे स्वतंत्र आणि बेदरकार आयुष्य फार प्रिय होते. घरच्यांच्या जवळ राहायला जायचे म्हणजे त्यांचे माझ्या आयुष्यात डोकावणे वाढणार होते, आणि त्यासाठी खूप गोष्टी बदलाव्या लागतील हेही मला माहीत होते. मला आता कोणताच बदल नको होता.

पण अखेर मी हार मानली आणि चंडीगडला गेले. घरातले सर्वजण माझे स्वागत करायला अमृतसरवरून चंडीगडला आले होते. नवीनच लग्न झालेली माझी बहीण तिच्या नवऱ्याबरोबर आली होती. मी आपणहून ज्यांना मागे सोडून आले होते ते सगळे तसेच होते हे मला तीव्रतेने जाणवले. चार वर्षांपेक्षाही जास्त काळ बहिणीकडे दुर्लक्ष केल्यानंतर आता मी परत तिच्या आयुष्यात आले होते. आणि ती अगदी लहानपणी असायची तशीच एखाद्या कठीण कातळासारखी माझ्यामागे उभी होती. जणू काही मधला काळ गेलाच नव्हता. तिचे लग्न झाले होते, एवढे सोडले तर बाकी काहीच बदलले नव्हते. भरीत भर म्हणजे मला दम्याचा त्रास सुरू झाला की ती आनंदाने माझा ताबा घेई, माझी खरडपट्टी काढी, समजूत काढी, भरपूर बडदास्त ठेवी, कामाच्या ठिकाणी माझा दिवस खराब गेला असेल तर ते

गाऱ्हाणे ती नुसते ऐकून घेई आणि मला बरे वाटे. मी सतत स्वतःलाच विचारीत राही, मी कधी आणि का अशी बदलून गेले होते?

ह्या सगळ्या प्रकारामध्ये मला एकूणच नात्यांची किंमत कळून चुकली. हीच नाती पूर्वी मला अत्यंत प्रिय होती, नंतर मी त्यांच्याकडे खूप दुर्लक्ष केले होते. पण आता मी कटाक्षाने प्रत्येक वीकेंडला आई-बाबांना भेटू लागले आणि आधीच्या दिवसांची कसर भरून काढण्यासाठी त्यांच्याबरोबर भरपूर वेळ घालवू लागले. सगळ्या परदेशवाऱ्या मी नाकारू लागले.

मी स्वतःचे जरा कठोर परीक्षण केले आणि माझ्या लक्षात आले, की आपल्याला तंदुरुस्त व्हायची नितांत गरज आहे, आणि तेही निरोगी पद्धतीने. मी योग करायला सुरुवात केली आणि संध्याकाळी सुंदर अशा सुखना तलावाभोवती चालायला जाऊ लागले. बहीण चंडीगडला आली असेल किंवा मी अमृतसरला गेले असेन तर मधूनच कधी तरी तिच्याबरोबर लॉन टेनिसही खेळून घेऊ लागले. फार काळानंतर मी असे निरोगी आयुष्य जगत होते.

दिल्लीला नोकरी मिळाल्यानंतर मला स्वतःकडे आणि अर्थातच अरविंदकडे लक्ष द्यायला अजूनच जास्त वेळ मिळाला. चंडीगडच्या माझ्या काळात त्याची दिल्लीला बदली झाली होती. आमच्या भेटीगाठी वाढल्या. तो फारच चांगला श्रोता होता, आणि जेव्हा मला माझे मन मोकळे करायचे असेल, घरच्यांबद्दल किंवा कामाबद्दल तक्रारी करायच्या असतील तेव्हा मला त्याला विश्वासात घेणे फार बरे वाटू लागले. थोडा काळ एकत्र फिरल्यानंतर मी त्याची माझ्या घरच्यांशी ओळख करून दिली. २००९च्या अखेरीस आमचे लग्न झाले.

मला अरविंदबरोबरच्या आयुष्याकडून फार आशा होत्या. त्याला माझ्या भूतकाळाची आणि तब्येतीची फारच चांगली माहिती होती. मी एक दमेकरी आहे आणि ऋतुबदल झाला की हवेतील प्रदूषण आणि परागकण यामुळे मला त्रास होतो हे त्याला माहिती होते. पण लग्न होईपर्यंत आपल्याला नक्की कशाला सामोरे जावे लागणार आहे याची त्याला कल्पना नव्हती.

ऑक्टोबरअखेरीस आमचे लग्न झाले आणि आम्ही सुट्टी संपवून परत आलो तेव्हा हिवाळ्याला सुरुवात झालेली होती.

माझा दमा उसळी मारू लागला आणि आमच्या रात्रीच्या रात्री जागरणात जाऊ लागल्या. खूपच वाईट अवस्था असेल तर कुठल्या तरी इमर्जन्सी रूम मध्ये मला नेब्युलायझर लावून ठेवण्यात येई. प्रत्येक नेब्युलायझेशनच्या वेळी मी बेशुद्ध होत असे. तासाभराने जाग आली की माझा नवरा मला घरी घेऊन जाण्यासाठी पलंगाशेजारी वाट बघत असलेला दिसे.

या सगळ्याचा ताण आणि वैताग आमच्या रोजच्या जगण्यात नकळत झिरपू लागला. आम्ही एकमेकांवर, आजूबाजूच्या लोकांवर चिडचिड करू लागलो. लग्नानंतरच्या ज्या सुंदर दिवसांची स्वप्ने मी पाहिली होती तसे हे दिवस मुळीच नव्हते.

जसजशी थंडी वाढली तसतशी माझी अवस्था अजूनच बिकट झाली. मला घरच्या घरी वापरता येईल असे नेब्युलायझेशन किट आम्ही विकत आणले, पण तरीही आमची रात्रीची जागरणं काही चुकली नाहीत. थोड्या काळानंतर माझ्या शरीराला थंडीची सवय होऊन हा प्रकार कमी झाला. पण दोन महिन्यांत परत हवा बदलेल आणि आपले आयुष्यही बदलेल हे मला चांगलेच माहीत होते. मला परत ते सगळे भोगायचे नव्हते. लहानपणी मुले मला तकलादू किंवा दादीमाँ का म्हणत हे मला चांगलेच समजून आले होते. आता लढा द्यायची वेळ आली होती.

मी दम्याविषयी वाचायला सुरुवात केली आणि ॲटॅक कमी व्हावेत म्हणून काय करता येईल याविषयी अनेक डॉक्टरांशी बोलले. त्याचे रहस्य होते–व्यायाम.

खेळासाठीच्या भारतातल्या काही सर्वोत्तम सुविधा दिल्लीमध्ये असून त्या सर्व लोकांना वापरायला खुल्या आहेत. पण ते शहर स्त्रियांसाठी फारसे चांगले नाही. विशेषतः संध्याकाळी उशिरा. त्यामुळे दिल्लीमध्ये जरी मला खेळाच्या सुविधा वापरायला मिळाल्या तरी ऑफिस संपल्यानंतर तिथे जाणे शक्य नव्हते.

सुदैवाने आम्ही दक्षिण दिल्लीतील सुरक्षित असलेल्या वसाहती, पोलिसांचा पहारा आणि पळण्याचा आखलेला मार्ग असलेल्या लहान बागा यासाठी प्रसिद्ध असलेल्या भागात राहत होतो. ४०० मीटरचा चालण्याचा मार्ग असलेली एक बाग आमच्या घराच्या अगदीच जवळ होती. मला एक

व्यायामप्रकार किंवा खेळाचा भाग म्हणून पळणे काय असते याची फारशी कल्पना नव्हती. लॉन टेनिस खेळताना वॉर्मअप म्हणून जे पळायचे तेवढाच माझा पळण्याशी संबंध आला होता.

माझा सकाळचा सगळा वेळ ऑफिसची तयारी करण्यात जायचा आणि पळायला काहीच वेळ उरत नसे. मी घरी लवकर येत असे आणि मग नवऱ्याची वाट पाहत बसायच्याऐवजी खाली बागेत जात असे. तिथे सर्व वयोगटांचे लोक मला पळताना दिसत. ते धापा टाकताना आणि हाशहुश करताना दिसत, पण ते कधीच थांबत नसत. आपल्या शरीराला एवढा त्रास दिल्यानंतरही ते सर्वजण विलक्षण आनंदी आणि समाधानी दिसत. त्याने मी फारच भारावून गेले आणि मला ते करून बघावेसे वाटू लागले.

मग एक दिवस उठून मी माझे टेनिसचे बूट घातले, आयपॉड घेतला आणि पळायला सुरुवात केली. पहिली फेरी जेमतेम अर्धी झाली आणि मी धापा टाकायला लागले. आपली छाती फुटून जाते की काय असे मला वाटू लागले. मी तिथेच थांबून उरलेले अंतर चालून गेले.

ती धोक्याची घंटा होती.

मी बारीक होते पण खूप अशक्त होते. आणि मला अशक्तपणाचा अत्यंत तिटकारा होता. लहानपणीची दुःस्वप्ने परत येऊ घातली होती. कोणताही व्यायाम न करण्याच्या जीवनशैलीमुळे माझ्या क्षमतेची पूर्ण वाट लागली होती.

पण त्यामुळे वैतागून जाण्याऐवजी मी हे एक आव्हान म्हणून स्वीकारले. टेनिस खेळत असल्यामुळे माझ्याकडे व्यायामासाठीची उत्तम सामग्री होती. आणि दुसऱ्या दिवशी मी अजूनच त्वेषाने पळायला हजर झाले. सुरुवातीला सोडून न देणे अवघड वाटले तरी मी त्या अंतरासमोर हार मानणार नव्हते. मी पळणे थांबवावे म्हणून शरीर जणू बंड करून उठले; मात्र, मी त्याकडे दुर्लक्ष करून स्वतःला तसेच पुढे रेटत राहिले. पळणारे इतर लोक ज्या पध्दतीने आपली प्रगती तपासून बघत असतात त्याची मला अजिबातच फिकीर नव्हती. मला रोज एक फेरी वाढवायची होती. सुरुवातीचे काही दिवस फार अवघड गेले आणि रोज एक फेरी वाढवणे अजूनच कठीण होऊ लागले. काही दिवस असे असत जेव्हा मी स्वतःला तसेच पुढे रेटू शकत असे, पण

असेही दिवस होते जेव्हा ते शक्य होत नसे. जोपर्यंत एकही पाऊल पुढे टाकणे शक्य होत नाही तोपर्यंत थांबायचे नाही, ह्या तत्त्वाला मी चिकटून राहिले. माझ्या चिकाटीला शेवटी फळ आले आणि न थांबता दहा फेऱ्या मारणे मला जमू लागले.

जसजसे मी स्वतःला पुढे रेटू लागले तसतसे माझे पाय आणि पावले दुखायला लागली. आपोआपच बरे होईल, असे म्हणून मी त्या दुखण्याकडे दुर्लक्ष करायचा प्रयत्न केला, पण जसजसे मी जास्त अंतर पळू लागले तसतसे दुर्लक्ष करणे कठीण होऊन बसले.

मी नवऱ्याशी याबद्दल बोलले आणि आम्ही असा निष्कर्ष काढला, की पळणारा नवखा माणूस जी हमखास चूक करतो तीच मी केली होती– मी चुकीचे बूट घालून पळत होते. दुसऱ्याच दिवशी मी माझे पळण्याचे सर्वांत पहिले बूट खरेदी केले. ते अजूनही माझ्याकडे आहेत.

पहिल्यांदा जेव्हा मी ते नवीन बूट घालून पळाले तेव्हा आपण जणू काही उडत आहोत असेच मला वाटत होते. त्या दिवशी मी बारा फेऱ्या मारल्या. मला प्रचंड आनंद झाला होता. माझे पळणेही सुधारले. कोणत्याही वेदनेशिवाय मी जास्त वेळ पळू शकले.

आयपॉडवरची गाण्यांची यादी बदलून मी त्यावर जोश वाढवणारी गाणी टाकायला सुरुवात केली. जे शॉनचे 'राइड इट' हे माझे खूप आवडते गाणे होते. उडत्या गाण्यांमुळे मी अंतर विसरून जाई आणि पळण्याचा जास्त आनंदही घेऊ शके. चारच महिन्यांत मी दिवसाला साधारण वीस फेऱ्या मारू लागले.

हिवाळा जवळ येत होता. हवाबदलाच्या वेळेस एकदाही दमा उसळून वर आला नाही आणि मला आश्चर्याचा सुखद धक्का बसला. पळण्यामुळे मला नक्कीच दम्याशी दोन हात करता येत होते ; पण तरीही मला अजून थोडी शंका होतीच. मी पळण्यावर लक्ष केंद्रित केले आणि दिवसाला साधारण पंचवीस फेऱ्या मारण्यापर्यंत पोचले. जसजशी माझ्यावर हॉस्पिटलमध्ये जाण्याची वेळ येईनाशी झाली तसतसा माझा आत्मविश्वास वाढला.

पळणे हा माझा धर्मच होऊन बसला.

मी अखेर दिल्लीत स्थिरस्थावर झाले होते आणि अत्यंत समाधानात होते. माझी नोकरी चांगली होती आणि वैयक्तिक आयुष्यही एकदम मस्त होते. मी आता दुबळी, अशक्त राहिले नव्हते. आणि सर्वांत महत्त्वाचे म्हणजे मी आई होण्यासाठी तयार होते.

पण सगळे काही स्थिरस्थावर होते आहे असे वाटत असतानाच माझ्या आयुष्यात पुन्हा एकदा उलथापालथ झाली. ऑक्टोबर २०११ मध्ये अरविंदची मुंबईला बदली झाली आणि मलाही त्याच्याबरोबर मुंबईला जावे लागले. बाळाचे मनसुबे काही काळ बाजूला ठेवून आम्ही मुंबईला राहायला जाणे आणि माझी आहे त्या नोकरीतच मुंबईला बदली करून घेणे यात गढलो.

३

पळणारे शहर

आपली स्वप्ने पूर्ण करण्यासाठी लाखो लोक मुंबईत येतात; मी मात्र दिल्लीतील माझे छान चाललेले आयुष्य सोडून मुंबईत यावे लागले म्हणून चिडलेच होते. त्यातच भर म्हणजे पोहोचल्या क्षणापासून आम्ही ठरविल्याप्रमाणे काहीच घडत नव्हते. ज्या घरमालकाने आमच्याकडून घर भाड्याने देण्यासाठी आगाऊ रक्कम घेतली होती त्याने आयत्या वेळी दगा दिला आणि दिल्लीवरून आमचे सामान येईपर्यंत अरविंदच्या कंपनीच्या गेस्ट हाऊसमध्ये आम्ही राहू लागलो.

खूप गडबडीत दिवस जात होते आणि मला पळायला वेळच मिळत नव्हता. किती तरी आठवडे आम्ही आपापल्या नोकऱ्या सांभाळत घर शोधण्यामध्ये घालविले. आम्हाला पश्चिम खार किंवा बांद्र्याला घर हवे होते. तो भाग ऑफिसच्या जवळ तर होताच, शिवाय तेथे आजूबाजूला असलेल्या बागांमध्ये मला पळता आले असते. त्या बागा संध्याकाळीदेखील सुरक्षित समजल्या जात होत्या.

साधारण पंचेचाळीस दिवस सतत शोधल्यानंतर आम्हाला आमच्या अपेक्षेपेक्षाही चांगली जागा मिळाली. आमच्यासाठी तो मुंबईतला सर्वांत पहिला आणि मोठा निर्णायक टप्पा होता.

सामान हलविण्याची सुरुवातीची गडबड ओसरल्यानंतर मी आणि अरविंदने कामावर लक्ष केंद्रित करायला सुरुवात केली. माझा जुना दिनक्रम परत सुरू झाला. सकाळी मी नाश्ता बनवित असे, कामावर जायची तयारी करत असे, घरातील थोडीफार कामे करत असे, नंतर दिवसभर ऑफिसमध्ये काम करून घरी येई, रात्रीचे जेवण बनवून ते वाढी आणि त्यानंतर पळण्यासाठी जात असे. पळण्याशी माझी परत एकदा गट्टी जमली.

माझ्या माहितीप्रमाणे दिल्लीमध्ये इतक्या उशिरा रात्री पळणारी मी एकटीच स्त्री होते. पण मुंबईच्या कार्टर रस्त्यावर पाहिले तर पळणे हा जणू काही लोकांच्या आयुष्याचा एक भाग होता. अनेक काटक स्त्री-पुरुष मी तेथे पळताना पाहिले. सगळ्यात चांगली गोष्ट म्हणजे अरुंद रस्ते, त्यावर असलेले खड्डे किंवा वाहनांची भरपूर वर्दळ याने काहीच फरक पडत नव्हता. लोक पळत होते आणि वाहने चालविणारे त्यांना जागा करून देत होते. भारीच! माझा आपल्या डोळ्यांवर विश्वासच बसत नव्हता. खारला राहायचा निर्णय घेतल्याबद्दल मी स्वतःवर खूष होते. अनेक दिवस दुर्मुखलेल्या चेहऱ्याने वावरणारी मी अखेर पुन्हा पूर्वीसारखी झाले होते. मला स्वतःबद्दल छान वाटते आहे हे बघून अरविंदही आनंदात होता. परत आम्ही संध्याकाळचे एकमेकांशी बोलू लागलो; आणि ते बोलणे फक्त सांसारिक किंवा कामाच्या गोष्टींविषयी नसे, तर आम्हाला बोलायला इतरही विषय मिळू लागले. आम्ही पुन्हा एकदा एकमेकांच्या प्रेमात पडलो.

ह्या सुमारास अरविंदने मला लवकरच म्हणजे १६ जानेवारी २०११ ला होणाऱ्या स्टँडर्ड चार्टर्ड मुंबई मॅरेथॉनची माहिती दिली. किती तरी लोकांना पळण्याची अत्यंत आवड असते आणि ती ते गंभीरपणे घेतात हे त्याच्याही लक्षात आले होते.

कदाचित म्हणूनच 'रोज सकाळी एवढे लोक एकत्र पळताना दिसतात. तू पण प्रयत्न करून बघायला हरकत नाही,' असे त्याने सुचविले.

दुसऱ्या दिवशी सकाळी मी लवकर उठले आणि जॉगर्स पार्कमध्ये पळायला गेले. रोज रात्री ९ नंतर पळत असल्याने नाझी सकाळी पळण्याची सवय गेली होती. त्यामुळे मला बराच त्रास झाला. मात्र, ठरवलेले अंतर मी पूर्ण केले. माझ्या फेऱ्या पूर्ण झाल्यानंतर बाजूलाच व्यायामप्रकार करीत असलेल्या पळणाऱ्या लोकांशी मी बोलू लागले. त्यांच्यापैकी एकाने मी अर्धपल्ल्याच्या मॅरेथॉनसाठी नाव नोंदवावे असे सुचविले आणि ते कसे नोंदवायचे याची माहिती दिली.

कित्येकदा मला नवल वाटे. एखाद्या गठ्ठ्यातील पत्ते वरखाली करावेत त्याप्रमाणे माझ्या आयुष्यातील प्राधान्यक्रम बदलत होते. थोड्याच दिवसांपूर्वी मी दिल्लीत होते. लोहडीसाठी मी घरी- अमृतसरला जायची तयारी करत होते. आणि आता माझे सगळे लक्ष अर्धपल्ल्याच्या मॅरेथॉन-मध्ये नाव नोंदविण्यात गुंतले होते. नाव नोंदविण्याची शेवटची तारीख उलटून गेली होती, पण मी हार मानायला तयार नव्हते. कार्टर रोडवर माझ्या बरोबर पळणाऱ्यांनी सुचाविल्याप्रमाणे, मॅरेथॉनच्या एक दिवस आधी जेव्हा पळणाऱ्यांना त्यांचे बिल्ले वाटत होते तेव्हा मी तिथे जाऊन थडकले.

त्या ठिकाणी भरपूर गडबड चालू होती. सर्व वयोगटांतले, विविध आकार-प्रकारांचे लोक एकत्र जमले होते. अपंग आणि ज्येष्ठ नागरिकसुद्धा होते. ते दृश्य फारच प्रेरक आणि लीन करणारे होते. ''मला ह्यात भाग घेतलाच पाहिजे'', मी स्वतःला बजावले.

चिकाटीने प्रयत्न केल्यानंतर एकदाची मला त्या स्पर्धेच्या आयोजकांना भेटायची संधी मिळाली आणि मी त्यांना माझे नाव नोंदवून घ्यायची विनंती केली. त्यांच्याकडे फक्त पूर्ण मॅरेथॉनचेच बिल्ले शिल्लक असल्याचे त्यांनी सांगितले. मी लगेच होकार दिला. मला पळायचे होते, आणि मला ती संधी मिळत होती, एवढेच माझ्यालेखी महत्त्वाचे होते.

आयोजक मी पैसे भरायची वाट बघत होते आणि मी मात्र पूर्ण मॅरेथॉनचा बिल्ला घ्यावा की नाही ह्या विचाराने गोंधळून गेले होते. ''मी एक फोन करू का? मला नवऱ्याला फोन करून हे सांगायचं आहे.'' मी त्यांना सांगितले. त्यांनी होकार दिला आणि तो बिल्ला माझ्या हातातून काढून घ्यायचा प्रयत्न केला. मी बिल्ला न सोडता हातात तसाच घट्ट धरून अरविंदला फोन केला.

''अरविंद, मी मुंबई मॅरेथॉनच्या इथे आहे. ते म्हणतायत, मला २१ किमी पळता येणार नाही, ४२ किमी पळावे लागेल. मला काही कळत नाहीये. हो म्हणू का?''

माझ्या प्रिय नवऱ्याने अजिबात वेळ न दडविता उत्तर दिले, ''त्यात न कळण्यासारखं काय आहे? पळ की ४२ किमी. मला माहीतेय तू अगदी सहज पळू शकशील. देऊन टाक नाव.''

''लव्ह यू!''

व्यवस्थापक मी काय ठरवते याची वाट बघत थांबला होता. मी हसून त्याला विचारले, ''किती पैसे भरायचे?''

४

माझी पहिली मॅरेथॉन

''डोकं फिरलंय का?आधी तुझं नाव काढून घे! तुला पळायला आम्ही परवानगीच देणार नाही! चक्कर येऊन पडलीस आणि काही दुखापत झाली म्हणजे? कोणी हे खूळ भरवलंय तुझ्या डोक्यात?''

आईची ही प्रतिक्रिया अपेक्षित असली तरी मला मान्य होणारी नव्हती.

''ममा, तुला मला प्रोत्साहन देता येत नसेल तर निदान मला नाउमेद करू नकोस.'' मी तिला सुनावले आणि फोन ठेवून दिला.

माझ्या आई-बाबांना माझ्या पहिल्या मॅरेथॉनबद्दल काहीच उत्सुकता नाही हे बघून मला फार आश्चर्य आणि निराशा वाटत होती. त्यांनीच तर मला खेळण्यासाठी उत्तेजन दिले होते. पण ते असे का करत आहेत हे मला माहीत होते.

अमृतसरच्या शासकीय वैद्यकीय महाविद्यालयात रेडिओलॉजीची मुख्य असलेली माझी आई ही आमच्या घरातली सर्वांत कणखर व्यक्ती. तिनेच आमचे कुटुंब एकत्र बांधून ठेवले आहे. ती आमची आयर्न वूमन आहे. लहानाचे मोठे होत असताना ती कायम आम्हाला शिकवत असे, ''तुमची कामगिरी उंचावावायची असेल तर तुम्हाला तुमच्याच मर्यादा पार केल्या पाहिजेत.'' कधी तरी मी तिला म्हणे, ''आई गं, लोक म्हणतात की मी टेनिस खेळलं नाही पहिजे. माझ्यासारख्या मुलीला खेळता येणार नाही.'' माझ्याकडे बघत ती पटकन म्हणे, ''जेव्हा सगळं जग नाही म्हणत असतं तेव्हा त्याचा अर्थ 'हो' असा असतो.

मात्र लग्नानंतर मी जेव्हा आजारी पडले तेव्हा हे सगळे बदलले. आई-वडील मला दिल्लीला भेटायला आले तेव्हा आजारी असूनही माझे काम आणि आयुष्य यांचा मी ताळमेळ घालू बघत होते. ते बघून त्यांना फार काळजी वाटू लागली. त्यानंतर माझी आई आणि मोठी बहीण दोघीही माझ्यावर लक्ष ठेवायला मला रोज, कधी कधी दिवसातून दोनदादेखील फोन करू लागल्या.

आता जरी माझे आरोग्य चांगले असले तरी ते माझ्या बाबतीत निष्काळजी राहूच शकत नव्हते.

मॅरेथॉनबद्दल घरच्या इतर कोणाशीच बोलू नये असे मी ठरविले. कारण एव्हाना आईने ही बातमी त्यांना सांगितलीच असणार होती. माझ्याबद्दलच्या विचाराने आणि काळजीने त्यांना झोप लागणार नव्हती. मला कोणताही ताणतणाव किंवा गोंधळ निर्माण व्हायला नको होता. शिवाय अरविंदने आई-बाबांची समजूत काढायचे आश्वासन दिले होते आणि मला शांत राहायला सांगितले होते. ह्या मॅरेथॉनमध्ये भाग घ्यायला प्रोत्साहन देणाऱ्या माझ्या पळणाऱ्या मित्रांबरोबर मात्र मला माझा उत्साह वाटून घ्यायचा होता. मॅरेथॉनमध्ये टिकून राहण्यासाठीच्या काही चांगल्या सूचना त्यांनी कराव्यात असे मला फार वाटत होते; पण त्यांनी फारसे उत्तेजन न देता उलट माझ्या उत्साहावर पाणी ओतून माझी फारच निराशा केली. ''सुमेधा, तुझी ४२ किमीची तयारी झालीच नाहीये. तू तुझं नाव काढून घे. तू कधी २१ किमी पण पळली नाहीयेस तर ४२ किमी कशी पळशील? बागेत पळणं आणि मॅरेथॉन पळणं यात फरक आहे.'' त्यांनी

माझे मन वळविण्यासाठी जाहीर करून टाकले; पण उत्सुकतेने वाढलेल्या माझ्या हृदयातील धडधडीपुढे मला त्यांचे बोलणे ऐकूच आले नाही.

मॅरेथॉनच्या दिवशी सकाळी मी ठरवून लावल्यामुळे सगळे गजर एकदम वाजले आणि मला दचकून जाग आली. पांघरुणात शिरून परत झोपावेसे वाटत होते; पण मी ती इच्छा बाजूला सारली आणि तयार झाले. माझे आवडते बूट घेतले, आयपॉड आणि त्यात माझी आवडती गाणी घेतली आणि पळण्याचे माझे आवडते कपडे घातले. पहिल्या मॅरेथॉनसाठी मी तयार होते. अरविंदला सकाळी लवकर उठणे फारसे आवडत नसले तरीही तो माझ्याबरोबर आला.

मी घटनास्थळी अगोदरच पोहोचलेल्या धावपटूंच्या सतत संपर्कात होते. मुंबईत सर्वांत जलद प्रवास करण्यासाठी योग्य वाहन म्हणजे लोकल. तर मी लोकल पकडली आणि पळायच्या ठिकाणी अगदीच वेळेत पोचले. शर्यत सुरू झाली होती. हिरवा झेंडा दाखवून झाला होता. मला पळायला सुरुवात करायच्या आधीचा कोणताच वॉर्मअप किंवा व्यायाम करता आला नाही. अर्थात तो खूप महत्त्वाचा असतो हे माहीत असूनही मी कटाक्षाने तो करत होते असेही नाही. मी स्वतःची स्वतःच शिकलेली, स्वतःचीच स्वतंत्र शैली असलेली अशी हौशी धावपटू होते. मी कशीबशी धडपड करत सुरुवातीच्या रेषेपाशी उभ्या असलेल्या मोठ्या जमावात घुसले. माझ्या पहिल्यावहिल्या मॅरेथॉनला सुरुवात झाली होती.

सर्वांत पहिली गोष्ट माझ्या लक्षात आली, ती म्हणजे माझ्याकडे पळायची सामग्री फारच अपुरी होती. इतर लोक पाण्याच्या बाटल्या, पूरक आहार आणि डोक्याला बांधायचा दिवा अशा गोष्टी घेऊन आले होते. ह्या सगळ्या गोष्टींची काय गरज आहे हे मला कळत नव्हते; पण लवकरच माझ्या लक्षात आले, की एवढे लांब अंतर पळण्यासाठी मी अजिबात तयारी केली नव्हती. मी लहान तोंडी मोठा घास तर घेतला नव्हता?

पळण्याची लय सापडावी म्हणून मी माझे आवडीचे संगीत ऐकू लागले. आपण किती अंतर पळालो आहोत किंवा कितीवेळ पळतो आहे ह्याची मला काहीच कल्पना नव्हती, पण मी आशेने घोळक्याच्या मागे जात राहिले.

सरावाच्या वेळी मी केलेली सर्वांत मोठी चूक म्हणजे पळताना अजिबातच पाणी न पिणे. पळून झाल्यावर किंवा मग कधी कधी घरी जाऊन मी पाणी पीत असे. त्या जुन्या सवयीचा मला आत्ता त्रास होऊ लागला. तसा तो अजून काही महिन्यांनी अत्यंत महत्त्वाच्या वेळीही मला होणार होता.

मी अर्धे अंतर पार करत आले होते. वाटेत मी विविध पेये पुरविणारे पाण्याचे अनेक थांबे बघितले. लोक पाण्याची पाकिटे बरोबर घेऊन जाताना दिसत होते. मी फक्त एकदाच पाणी प्यायला थांबले होते आणि एवढ्या थांब्यांची काय गरज आहे याचे आश्चर्यही मला वाटले होते. ते मला लवकरच कळणार होते. लवकरच आम्ही सी लिंक पार करणार होतो.

सूर्य निर्दयपणे तळपत होता आणि तापलेल्या डांबरी रस्त्याचा ८ किमी चा टप्पा आमच्यापुढे होता. वरून तळपते ऊन, आजूबाजूला कुठेही सावली नाही आणि थोडेसेच पाण्याचे थांबे यामुळे पळणे कठीण होऊ लागले. साधारण ५ किमी मी सहज पळाले आणि मग मात्र माझ्या घशाला भयानक कोरड पडली.

मला इतकी तहान लागली होती की मी पळूच शकत नव्हते. मिनिटामिनिटाला अजूनच जड वाटणारे पाय फरफटत नेत मी जाऊ लागले. एका पट्टीच्या धावपटूला माझ्यावर ओढवलेला प्रसंग लक्षात आला. त्याने मला त्याच्याकडचे पाणी दिले. मला जरा बरे वाटले. परत टवटवीत झाल्यावर मी तो मरणप्राय टप्पा पूर्ण केला आणि सर्वांत पहिल्या पाण्याच्या थांब्यावर थांबले.

तिथे मी दुसरी चूक केली. मी घटाघटा खूप जास्त पाणी प्यायले. पोट फुगल्यासारखे झाल्याने मी पळूच शकले नाही. मला अजून १२ किमी पळायचे होते.

पहिल्यांदाच मी शर्यत सोडून द्यायचा विचार करू लागले. मला स्वतःचाच खूप राग येऊन निराश वाटले. अचानक मला आवाज ऐकू आला, ''चल, एकत्र पळून ही कटकट एकदाची संपवू या.'' ते माझ्यापेक्षा वयाने मोठे धावपटू होते. तेही खूप दमले होते; पण त्यांनी मॅरेथॉन शेवटपर्यंत पळण्याचा चांगलाच निश्चय केलेला दिसत होता.

त्यांच्यामुळे मला परत जोश आला आणि मी त्यांच्या गतीने पळण्याचा प्रयत्न करू लागले. अधूनमधून आम्ही गप्पा मारू लागलो. त्यांचे नाव आनंद वेंकटरामन होते आणि त्यांचीही ही पहिलीच मॅरेथॉन होती. माझीही ही पहिलीच मॅरेथॉन आहे यावर त्यांचा विश्वासच बसला नाही. जेव्हा मी त्यांना सांगितले, की मी पळताना पाणी पीत नाही तेव्हा तर त्यांना धक्काच बसला.

आम्ही पाच तासांच्या आत अंतर संपवायचे ठरविले आणि स्वतःला पुढे रेटत आरामात शेवटाला पोचलो. निरोप घेताना ते म्हणाले– ''पुढच्या शर्यतीसाठी घड्याळ विकत आण.''

पण त्या दिवशीचे सर्वांत मोठे आश्चर्य म्हणजे मी स्त्रियांच्या गटात पंधरावी आले होते!

मी आई-वडिलांना फोन केला. अरविंदने मला सांगितले, की ते दर थोड्या वेळाने त्याला फोन करून माझ्यावर लक्ष ठेवून होते. ''बघा तुमचं म्हणणं खोटं ठरवलं की नाही मी?'' मी आनंदाने फोनवर जवळजवळ ओरडलेच.

''हो! आभारी आहे. मला माहीत होतंच,'' आई म्हणाली. तिचा कंठ दाटून आला होता. अगदी मी टेनिस खेळत असतानाच्या त्या जुन्या दिवसांसारखा!

त्या दिवसाने मला बदलवून टाकले. माझ्या आई-बाबांना माझ्याबद्दल जास्त विश्वास वाटू लागला आणि त्यांनी माझ्या तब्येतीची काळजी करणे सोडून दिले. मी मॅरेथॉन कम्युनिटीचा एक भाग झाले आणि पळण्याचे पहिले काही महत्त्वाचे धडे शिकले– सतत पाणी पीत राहणे आणि पळताना थकल्यासारखे वाटले तर सुकामेवा, केळे किंवा प्रोटिन बार यापैकी थोडेसे काही तरी खाणे. त्याचबरोबर योग्य ती सामग्री व कपडे वापरणे आणि- पळत राहण्याची इच्छा!

आयुष्यात अचानक मला भुरळ घालणाऱ्या अनेक संधी दिसू लागल्या होत्या.

पुढच्या काही महिन्यांतच मी आणि अरविंद माझ्या सासू-सासऱ्यांना

भेटण्यासाठी मलेशियाला जाणार होतो. त्यांनाही नुकत्याच झालेल्या मॅरेथॉनमधील माझ्या कामगिरीबद्दल फार अभिमान वाटत होता. त्यांनीच मला तिथे होणाऱ्या मॅरेथॉनबद्दल सांगितले आणि मी ताबडतोब तिथेही नाव नोंदवले. या वेळेस माझी तयारी अधिक चांगली होती आणि मला माझ्या पळण्याच्या वेळेत सुधारणा करायची होती. मात्र, जेव्हा मी पळायला सुरुवात केली, मग हळूहळू पळणे सोडून चालू लागले आणि नंतर अक्षरशः रांगत अंतिम रेषेपर्यंत पोचले तेव्हा माझ्या लक्षात आले, की मी त्या ठिकाणाचा नीट अभ्यास केला नव्हता. मलेशिया विषुववृत्ताच्या जवळ असल्यामुळे तिथे खूप उकाडा असतो, आणि त्या उकाड्याने सर्व गणितेच बदलून टाकली. तरीसुद्धा मी सहावी आले आणि माझा आत्मविश्वास जबरदस्त वाढला.

पळण्याची मला नशा चढली होती आणि आता अल्ट्रा–मॅरेथॉन (खूप लांब पल्ल्याची मॅरेथॉन) पळायचे वेध लागले होते. अशी एक शर्यत थोड्याच दिवसात बेंगळुरूला होणार होती. त्यामध्ये तीन पर्याय होते– १०० किमी, ७५ किमी आणि ५० किमी. मला १०० किमी पळायचे होते. यापूर्वी १०० किमी पळालेल्या एका बुजुर्ग अनुभवी व्यक्तीला मी विचारले तेव्हा मात्र त्यांनी मला मोडता घातला. ''सुमेधा, अल्ट्रा–मॅरेथॉनसाठी तुझं पुरेसं प्रशिक्षण झालेलं नाही. शिवाय तुझा मॅरेथॉनचा वेग चांगला आहे. तुला ५० किमीपेक्षा जास्त अंतर पळायचे असेल तर तू ह्या वर्षी तयारीला सुरुवात कर आणि पुढच्या वर्षी पळ.''

माझ्यामागे सतत खंबीरपणे उभ्या राहणाऱ्या अरविंदलादेखील मी जरा अवास्तव गोष्ट करायचा विचार करते आहे असेच वाटत होते. त्यामुळे थोडे दिवस मी कोणाशीही ह्या गोष्टीबद्दल बोलणे सोडून दिले. माझ्या क्षमतेवर कोणीच विश्वास दाखवत नाही हे बघून मी खूपच हळवी आणि चिडचिडी झाले होते.

दुसऱ्या दिवशी मी आणि अरविंद चक्कर मारायला गेलो असता ज्याने मला मोडता घातला होता तोच धावपटू आम्हाला भेटला. त्याने परत एकदा मी ५० किमीपेक्षा जास्त पळू नये हे ठासून सांगितले. मला वाटते, तेव्हा अरविंदला माझ्या वैतागाची जाणीव झाली. मी नवऱ्याला परत विचारले,

''मी १०० किमी पळू?''

''७५ पळ'', त्याचे डोळे चमकत होते. मी वळून त्याचे चुंबन घेतले आणि एकही शब्द न बोलता मॅरेथॉनमध्ये नाव नोंदवले. त्या दिवशी रात्री मात्र न राहवून मी त्याला विचारले, ''७५ किमी का , १०० का नाही?''

अरविंद हसून म्हणाला, ''हे बघ, ७५ किमी जमण्यासारखं वाटतं. ७५ किमी पळ आणि बघ तुला कसं जमतंय. १०० किमी चं ध्येय त्याच्या पुढचं ठेव. पण तुझ्या आई-वडिलांना मात्र तू या निर्णयाबद्दल सांगितलेलं बरं.''

सोच गंभीर हो तो फैसले कमजोर हो जाते हैं ।

(खूप जास्त खोलवर विचार केला तर तुमचे निर्णय दुर्बल बनू शकतात)

मी माझी पहिली अल्ट्रा-मॅरेथॉन आणि या वर्षातली तिसरी शर्यत पळणार होते. मी खूष होते.

घरच्यांबरोबर पुन्हा एकदा आमने-सामने बोलायचा प्रसंग दिवाळीसाठी त्यांना भेटायला अमृतसरला जाईपर्यंत मी पुढे ढकलणार होते.

५

मातृत्व– आत्ता नको...

दिवाळी आली तसे आम्ही माझ्या आई–वडिलांना भेटायला अमृतसरला रवाना झालो.

दीर्घकाळ चाललेले माझे वाचन, सराव आणि प्रशिक्षण यात पहिल्यांदाच खंड पडला होता.

शर्यतीला अवघे थोडेच दिवस राहिले असल्याने मला सराव थांबवून चालणार नव्हते. जिथे कुठे शक्य असेल तिथे मी पळत होते...– जिममध्ये ट्रेडमिलवर, पळण्याच्या आखलेल्या मार्गावर नाही तर लॉन टेनिसच्या मैदानावर. आठवड्यातले सहा दिवस मी सराव करत असे. हीला पळण्याची अचानक एवढी आवड कुठून निर्माण झाली हे काही घरच्यांना कळत नव्हते. त्यांना बातमी सांगायची मला भीतीच वाटत होती. पण मला आडून आडून अवघड प्रश्न विचारले जाऊ लागले होते. आणि मी एकदाच सगळ्याचा सोक्षमोक्ष लावायचे ठरवले.

मला अजूनही ती रात्र आठवते. देवघरात आम्ही घरचे सगळे पूजा आणि इतर धार्मिक विधी करत होतो. सगळा समारंभ झाल्यावर आजी-आजोबा प्रसाद वाटू लागले. तेव्हा आजी मला म्हणाली, ''चिनू, आता पुढच्या वेळेस आम्हाला भेटायला याल तेव्हा नातवंड घेऊन या बरं. आम्ही आता थकलोय आणि तुझं बाळ पाहायची खूप इच्छा आहे.''

मी गप्प बसले. खोलीतले सगळेजण माझ्याकडे अपेक्षेने बघत होते.

शेवटी सगळे धैर्य एकवटून मी म्हटले, ''अम्मा, अरविंदलाही विचार की. शेवटी हा त्याचाही निर्णय असणार आहे.'' सगळ्यांचे लक्ष अरविंदकडे वेधायचा माझा प्रयत्न अगदीच निष्फळ ठरला. सगळेजण मला चांगले ओळखून होते. त्यांनी मलाच समजवायला सुरुवात केली. सगळे एकत्र बोलायला लागले आणि शेवटी मला ते सहन होईना.

मी पटकन बोलून गेले, ''पण मला इतक्यात आई नाही व्हायचंय!''

खोलीत भयाण शांतता पसरली. बाहेर उडणाऱ्या फटाक्यांच्या आवाजानेच ती भंग पावत होती.

सर्वांत प्रथम माझी आई भानावर आली. ती म्हणाली, ''ही काय तुझी बोलण्याची पद्धत झाली?''

''मला ह्या नोव्हेंबर महिन्यात बेंगळुरूमध्ये ७५ किमी पळायचं आहे आणि मी त्यासाठी आधीच नाव नोंदवलेलं आहे. मला तुमचे आशीर्वाद हवे आहेत.'' आवाज शक्य तितका स्थिर ठेवत मी सांगितले.

आजी-आजोबा अरविंदकडे वळून म्हणाले, ''हे काय आहे ?''

शेवटी माझा भाऊ आमच्या मदतीला धावून आला आणि त्याने हळू आवाजात आजी-आजोबांना माझे बोलणे समजावून सांगितले.

अरविंदला माझे बोलणे फारसे आवडले नव्हते. मी जरा घाबरले आहे हे त्याच्या लक्षात आले होते, पण माझ्या डोक्यात काय चालू आहे याची त्याला कल्पना येत नव्हती. वस्तुस्थिती बरोबर उलटी असतानाही मी मूल होण्याला उशीर होण्याची जबाबदारी ज्या प्रकारे त्याच्यावर ढकलत होते ते

त्याला आवडले नव्हते. सुमेधाला आता पळण्याकडे लक्ष द्यायचं आहे आणि आम्ही पुढच्या वर्षी बाळाचा विचार करू, असे त्याने नम्रपणे सांगितले.

मी शांतपणे मान हलविली. माझ्या डोळ्यांतून अश्रू ओघळत होते. वर्षभरापूर्वी मला मूल हवे होते आणि मी त्यासाठी तयारीही करत होते. आता मात्र मी त्याचा विचारही करू शकत नव्हते.

मी अश्रू गिळून म्हटले, ''तुम्हाला माझं मॅरेथॉन पळणं पसंत पडणार नाही हे मला माहीत होतं. दुनियाभरच्या इतर लोकांप्रमाणेच पळण्याने गुडघ्यांची वाट लागते असं तुम्हाला वाटतं हेही मला माहीतेय. पण मला माझी आवड सापडली आहे, त्याचं व्यसन लागलंय आणि आता त्यावर कोणताच उपाय नाही.''

माझे बोलून झाल्यावर देवघरात गूढ शांतता पसरली. मी सगळ्यांच्याच दिवाळीची वाट लावली होती की काय? मग वडिलांनी जवळ येऊन मला मिठीत घेतले आणि माझे अश्रू पुसले.

''आम्हाला सगळ्यांनाच तू आनंदात राहायला हवी आहेस.'' ते हळुवारपणे म्हणाले. ''लहानपणी तुला इतक्या वेदना भोगताना पाहिलंय की आता तुला परत कोणताही त्रास व्हावा असं वाटत नाही. कृपा करून आमच्यावर रागावू नकोस. आम्ही तुझे आई-बाप आहोत. आपल्या मुलांना दुःख झालं की आम्हालाही दुःख होतंच. आमच्यासाठी तू कायमच लहान राहशील. मूल होऊ देणं- न देणं हा प्रत्येकाचा आपापला प्रश्न आहे. तुला हवं असेल तेव्हाच ते होऊ दे. आम्ही तुझ्या पाठीशी आहोत. तू मॅरेथॉनसाठी नाव नोंदवलं आहेस का?''

मी मान हलविली.

पपा अरविंदकडे वळून म्हणाले, ''प्लीज हिची काळजी घे आणि तिची तयारी चांगली होतेय ना याकडे लक्ष दे.''

''थँक यू, पपा!'' मी त्यांच्याकडे बघून हसले आणि आईची माफी मागितली. तिने मला मिठी मारून माझे चुंबन घेतले आणि ती म्हणाली,

''मी तुझ्या मनसुब्यांना विरोध करते म्हणून माझ्यावर रागावू नकोस. मी तुझी आई आहे. आपल्या जिवापेक्षाही तू मला जास्त प्यारी आहेस.''

दुसऱ्या दिवशी आम्ही दिल्लीवरून विमानाने परत जाणार होतो. आई-बाबा आम्हाला अमृतसरच्या रेल्वे स्टेशनवर सोडायला आले. मला खूप अपराधी वाटत होते. माझ्यासारख्या त्रासदायक मुलीमुळे घरच्यांना खूप भावनिक त्रास सहन करावा लागत आहे, या गोष्टीचा मला फार राग येत होता. मी आई-बाबांना दुखवू इच्छित नव्हते. ते म्हणतील तसेच वागावे असे मला वाटत होते आणि मी माझ्या मनाचेच ऐकावे असे त्यांचे म्हणणे होते. आनंदाने एकमेकांचा निरोप घ्यायच्याऐवजी आम्ही तो साश्रू नयनांनीच घेतला.

बेंगळुरूचे विमान सुटायच्या आदल्या दिवशी वडिलांनी मला शुभेच्छा द्यायला फोन केला. त्यांनी मला ई-मेल बघायला सांगितले.

प्रिय चिनू,

प्रत्येकालाच यश हवं असतं. त्यासाठी भरपूर कष्ट, चिकाटी आणि मनाचा ठाम निश्चय ह्या गोष्टी आवश्यक असतात, हे चांगले माहीत असूनही सगळ्यांना जादूची कांडी हवी असते. बहुतेकजण लवकरच प्रयत्न सोडून देऊन मिळेल त्या भौतिक सुखांमध्ये समाधान मानतात आणि नियतीला किंवा कोणा व्यक्तीला शिव्याशाप देत बसतात. मात्र, थोडेच लोक असे असतात जे नशिबावर मात करत पुढे जात राहतात, प्रयत्न करत राहतात आणि अचाट पराक्रम करतात. निश्चयाने केलेल्या गोष्टीच यशस्वी होतात.

तुला अनेक शुभेच्छा आणि खूप सारे प्रेम.

पपा

शर्यतीच्या आदल्या दिवशी आम्ही बेंगळुरूला पोचलो. ज्या शहरात मला माझी पहिली नोकरी मिळाली, जिथे मला अरविंद भेटला आणि ह्यापेक्षाही महत्त्वाचे म्हणजे जिथे माझी स्वतंत्र ओळख निर्माण करता आली असे हे शहर सोडून मला तीन वर्षे झाली होती. आज मी- 'एक लांब पल्ल्याच्या शर्यतीतील धावपटू' अशी अजून एक ओळख निर्माण करायला तिथे आले होते.

अखेर मॅरेथॉनचा दिवस उजाडला. आम्ही स्पर्धेच्या ठिकाणी पोचलो आणि मी आरंभरेषेपाशी जाऊन आपली जागा घेतली.

आपापला सराव करत असल्याने माझ्या रोजच्या दिनक्रमात बसू शकतील अशाच प्रकारे मी सरावाची आखणी करत असे. इण्टरनेटवर उपलब्ध असलेल्या सरावाच्या बहुतेक योजना सोळा आठवड्यांच्या असत आणि त्यांचा मला फारसा उपयोग नसे. मी अल्ट्रा-मॅरेथॉन पळण्यासाठीच्या सूचना आणि त्याच्याशी संबंधित इतर लेख वाचायला सुरुवात केली आणि त्यांचा समावेश माझ्या रोजच्या प्रशिक्षणात करू लागले. पळताना पाण्याचा पट्टा बांधू लागले, सुकामेवा चघळू लागले, पळण्यापूर्वी आणि नंतर विशिष्ट व्यायामप्रकार करू लागले.

ह्या स्पर्धेसाठी मी चांगली तयारी केली होती, पण जेव्हा आरंभरेषेपाशी पोहोचले तेव्हा माझी पाटी कोरी होती. कसे पळायचे हे माझ्यापुढे स्पष्ट नव्हते, वेग काय ठेवावा किंवा तो किती ताणता येईल हे नक्की होत नव्हते. शेवटी मी एक सोपा तोडगा काढला. ४२ किमी पळायचे, कारण ते मी याआधीच पळले होते, मग उरलेले अंतर चालायचे आणि कोणतीही दुखापत न होता शर्यत संपेल असे बघायचे. तसेही माझ्याकडे गमावण्यासारखे काहीच नव्हते. शिवाय पहिल्यांदाच मी पूर्ण तयारीनिशी आले होते- माझ्याजवळ आयपॉड, गार्मिन कंपनीचे जीपीएस असलेले घड्याळ, पाण्याची बाटली, डोक्याला बांधायचा दिवा आणि चॉकलेट एवढ्या सगळ्या गोष्टी होत्या.

त्या वर्षी बेंगळुरूच्या अल्ट्रा-संघाने पळण्याचा नवीन मार्ग योजला होता. तो अरुंद, चढ-उतार असलेला होता आणि आम्हाला अनेक वळसे घ्यायला लागणार होते. जेव्हा सकाळी लवकर १०० किमी आणि ७५ किमीच्या मॅरेथॉन सुरू झाल्या तेव्हा इतर गटांपेक्षा ह्या दोन गटांमध्ये पळणारे लोक कमी होते.

मी चांगली पळत होते. बेंगळुरूच्या थंड हवेमुळे मला बरेचसे अंतर लवकर, बाकीची गर्दी आम्हाला येऊन मिळायच्या आत कापता आले.

एकदा बाकीचे धावपटू मैदानात आल्यानंतर १६ किमीचा वळसा घेणे

अजूनच कठीण झाले. पण माझी सुरुवात चांगली झाल्याने फायदा झाला. लवकरच मी ४० किमी चा टप्पा पूर्ण केला आणि चालायला सुरुवात केली.

काही तासांतच आपला वेग चांगला आहे असे माझ्या लक्षात आले. शिवाय माझे शरीरही वातावरणाशी चांगले जुळवून घेत होते. मी पळण्याचे धाडस करून बघितले आणि मला चांगल्या वेगाने पळता येऊ लागले. पळताना मी पुरेसे पाणी पीत राहिले. आणि मग अचानक पाहिले, तर एकच वळसा घ्यायचा बाकी राहिला होता. उत्साहाच्या भरात घाई केली तर दुखापत होईल, या भीतीने मी माझा वेग स्थिर ठेवायचा प्रयत्न केला... आणि माझ्या गटात चक्क विजयी झाले!

मी स्वतःला कधीच खूप महान धावपटू समजत नव्हते. पण अल्ट्रा-मैरेथॉन मध्ये पळल्यानंतर माझ्या लक्षात आले, की पळताना इतर कशाहीपेक्षा तुमची मानसिक ताकद जास्त महत्त्वाची असते. मला त्या नशेची गोडी लागली. त्या आव्हानाच्या मी प्रेमात पडले.

लांब पल्ल्याचे पळणे म्हणजे फक्त सराव, तुमची क्षमता किंवा हुशारी नव्हे, तर स्वतःच्या मनावर नियंत्रण मिळविणे आणि पळण्याची चिकाटी वाढविणे फार महत्त्वाचे आहे.

मला माझी वाट सापडली होती. मनसुबे रचले जात होते- जानेवारी २०१२ला मुंबई मॅरेथॉन आणि जून २०१२ ला कॉम्रेड्स. कॉम्रेड्स ही दक्षिण आफ्रिकेत होणारी जगातील सर्वांत जुनी आणि सर्वांत मोठी लांब पल्ल्याची शर्यत आहे आणि मी त्या शर्यतीकडे अगदी डोळे लावून बसले होते.

पण असे ठरविल्याप्रमाणे आयुष्यात कधी काही घडले आहे का ?

मुंबईला परत आल्यानंतर मी कॉम्रेड्ससाठीच्या सरावावर मेहनत घेण्यास सुरुवात केली. मी उतरणीवर सराव करू लागले आणि वेग सुधारण्यासाठी कष्ट घेऊ लागले. त्याचा योग्य तो परिणाम झाला. माझे पळणे खूपच सुधारलेले दिसत होते. कॉम्रेड्सचे पदक आता अगदी आवाक्यात आले आहे असेच वाटत होते- निदान त्या दुर्दैवी दिवसापर्यंत तरी.

९ डिसेंबर २०११. मुंबई मॅरेथॉनला बरोबर एक महिना राहिला होता. मी रात्री सराव करत होते. तेवढ्यात अचानक कुठून तरी आलेली एक कार मला उडवून जोरात निघून गेली.

❖❖❖

६

शरीराने दिलेला कौल

क्षणभर वाटले, की मी माझे पायच गमावले.

आजूबाजूच्या लोकांच्या मदतीने मी कशीबशी उभी राहिले आणि अडखळत काही पावले पुढे जायचा प्रयत्न केला. गुडघ्याला झालेल्या जखमांचे मला एवढे काही वाटत नव्हते. पाय मोडला नसेल तर मला पुरेसे होते. सरळ घरी जायचे सोडून मी उरलेले अंतर चालत गेले. खूप वेदना होत असूनही मी चालत राहिले. माझे पाय शाबूत आहेत याची खात्री पटणे माझ्या दृष्टीने महत्त्वाचे होते.

नंतर आम्ही अस्थिरोगतज्ज्ञांचा सल्ला घेतला. शरीरात एक-दोन ठिकाणी लचक भरली आहे असे त्यांनी सांगितले. शिवाय मला डी आणि बी १२ जीवनसत्त्वांची कमतरता आहे असेही जाहीर केले. तसेच मला लंबर स्पाँडिलायटिस असल्याचे निदान केले. ह्या रोगात हाडांची झीज होत जाते. त्यामुळे माझे मज्जातंतू दाबले जाऊन डाव्या पायाला वेदना होत होत्या. जुनाच

असलेला हा आजार नुकत्या झालेल्या अपघातामुळे उजेडात आला होता.

मी हादरलेच. मी फक्त अठ्ठावीस वर्षांची होते. आधीच मला दमा होता, अजून मूलबाळही झाले नव्हते आणि आता अजून एका रोगाशी मला सामना करायचा होता.

आपल्या या अवस्थेला आपणच कारणीभूत आहोत का?– माझ्या डोक्यात प्रश्न घुमत होता.

मात्र मला पुन्हा पळता येईल ना, एवढेच मी डॉक्टरांना विचारू शकले .

डॉक्टर माझ्याकडे बघून किंचित आश्वासक हसले. ''अर्थातच! आपल्याला पळता येणार नाही असं तुला का वाटतंय? फक्त आत्ता लगेच पळू शकणार नाहीस, कारण त्याने तुझी अवस्था अजूनच कठीण होईल. तीन महिने थांब. फिजिओथेरपी आणि औषधांनी एकदा बरी झालीस की पळायला मोकळी होशील.''

अरविंदची मात्र पूर्ण समजूत पटलेली नव्हती. त्याने विचारले, ''काळजी करण्यासारखं काही आहे का?''

''अजिबातच नाही.'' डॉक्टरांनी आम्हाला परत एकदा आश्वासन दिले.

डॉक्टरांचा सल्ला मनावर घ्यायचे ठरवून मी पळणे पूर्णपणे सोडून फक्त चालू लागले. पण जसजशी मॅरेथॉन जवळ येत होती तसतशी आपली दुखापत पूर्ण बरी झालेली नाही हे माहीत असूनही माझे पाय शिवशिवायला लागले. त्यात वैताग म्हणजे माझ्या आजूबाजूचे सगळे फक्त मॅरेथॉनविषयीच बोलत होते. सगळ्या धोक्याच्या सूचना, वेदना बाजूला ठेवून मी स्वतःला तसेच पुढे रेटायचे ठरविले आणि परत पळायला सुरुवात केली.

मॅरेथॉनच्या आयोजकांना मी फोन केला. त्यांना माझी अवस्था माहीत होती. मला परत पळायचे आहे हे ऐकून त्यांना आश्चर्य वाटले. मी भेटायला गेले तेव्हा त्यांनी सुचवले, ''तू हाफ मॅरेथॉन का पळून बघत नाहीस?''

''मला पूर्ण मॅरेथॉन चुकवणं परवडण्यासारखं नाही.'' मी त्यांना ताडकन उत्तर दिले. ''कॉम्रेड्समध्ये निवड होण्यासाठी माझा ह्या शर्यतीचा वेळ

नोंदला जाणं आवश्यक आहे.''

१ मे २०१२ पर्यंत मला माझ्या तब्येतीचे प्रमाणपत्र द्यायचे होते. मी खूप आर्जवे आणि विनंत्या केल्या. शेवटी माझा तापट स्वभाव माहीत असल्याने नाइलाजाने का होईना पण आयोजकांनी हार मानली आणि माझे नाव नोंदवून घेतले.

हातात बिल्ला मिळाल्यावर मला अत्यानंद झाला आणि मी कारमध्ये येऊन बसले. अरविंद एकदम गप्प होता. माझ्याकडे जराही न बघता एकाग्रपणे समोर बघत तो गाडी चालवत होता. त्याच्या मनात खळबळ माजलेली दिसत होती.

''तुला काय झालंय?'' एकेक शब्द सावकाशपणे आणि कष्टाने उच्चारत तो बोलू लागला, ''तू जेव्हा पळायला सुरुवात केलीस तेव्हा तू फक्त त्याचा आनंद घेण्यासाठी पळत होतीस. आता मात्र कोणती तरी स्पर्धा जिंकायची म्हणून, कोणता तरी टप्पा गाठायचा म्हणून तू ते करायला लागलीयेस. तुला चांगलं पळता आलं नाही किंवा वेळ जास्त लागला, वेग कमी झाला तर त्याचं तुझ्यावर दडपण येतं. हे सगळं काय चाललंय?''

हा घाव माझ्या वर्मी लागला होता, पण अरविंद बोलायचा थांबला नाही.

''तू पळावंस असं मला वाटत नाही. आधी तू नीट बरी हो. हाडांची झीज होणे ही काही बाहेरून होणारी दुखापत नव्हे. तो शरीराचा दुबळेपणा आहे. तू फक्त तुझा अहंकार पोसण्यासाठी ही मॅरेथॉन पळतीयेस, बाकी काही नाही. तुला काय सिद्ध करायचंय? लोकांना वाटतं त्यापेक्षा तू कणखर आहेस म्हणून? तू खरंच इतकी कणखर असशील तर तुझ्या अहंकाराला तुझ्यावर मात करू देणार नाहीस. ही शर्यत तू केवळ तुझ्या अभिमानासाठी पळतीयेस आणि त्यातून तुझ्या वाट्याला आणखी वेदनाच येणार आहेत. तुझ्याकडे फक्त एक दुखरं शरीर आणि दुखरं मन शिल्लक राहील.''

मी गाडीतून बाहेर बघितले. हातात बिल्ले घेऊन मजेत जाणारे धावपटू दिसत होते. मी अरविंदकडे पाहिले पण एकही शब्द बोलले नाही. मला माझ्या खात्यात उत्तम वेगाच्या नोंदीची भर टाकून सगळ्यांचे म्हणणे खोटे ठरवायचे होते. होय, मला माझ्या अहंकारासाठीच हे करायचे होते.

मुंबई मॅरेथॉन २०१२. दिवसाची सुरुवातच मुळी चुकीची झाली होती.

मॅरेथॉनच्या आदल्या रात्री, पाय ताणताना काही तरी चूक झाल्याने तो अखंड दुखू लागला. सकाळपर्यंत हे दुखणे अजूनच वाढले होते. दुखणे कमी करणाऱ्या गोळ्या किंवा फवारे यांचाही काही उपयोग होत नव्हता. मी माझ्याबरोबर पळणाऱ्या एकाचा सल्ला घ्यावा म्हणून त्याला फोन केला. तो म्हणाला, ''सुमेधा, केवळ तुला आवडतं म्हणूनच तू पळायला पाहिजेस. शरीराने दगा दिला तर त्या क्षणी शर्यत सोडून दे.''

अरविंदने आमचे बोलणे ऐकले. ज्या प्रकारे गोष्टी घडत होत्या ते त्याला अजिबात पसंत नव्हते. ''तू मॅरेथॉन पळावीस असं मला वाटत नाही. तू पळण्याच्या परिस्थितीत नाहीयेस.'' माझ्या खांद्यावर हात ठेवत तो म्हणाला, पण माझ्यापर्यंत त्याचे शब्द पोचलेच नाहीत. कॉम्प्रेड्स माझ्या चांगलीच आवाक्यात आहे हे मला पक्के माहिती होते. त्याविरुद्ध जाणाऱ्या कोणत्याही गोष्टीकडे मी दुर्लक्ष करत होते. माझा विश्वास फोल ठरविणाऱ्या एकाही सूचनेकडे मी लक्ष दिले नाही

ह्या वेळेस परत एकदा मी मॅरेथॉनला उशिरा पोहोचले. शर्यत सुरू व्हायला फक्त तीन मिनिटे उरली असतानाही आयोजकांनी मेहेरबानी केली आणि मला आत प्रवेश दिला.

माझी सुरुवात चांगली झाली आणि लवकरच मला लयही सापडली. चार तासांत शर्यत संपवायची असे मी ठरविले होते. त्या अभिमानाच्या भरात मी पहिले १८ किमी चांगल्या वेगाने पळाले. नंतर मात्र माझ्या पायांनी मला दगा द्यायला सुरुवात केली. ती धोक्याची सूचना लक्षात न घेता मी १०० मीटर चालत गेले अणि परत पळायला सुरुवात केली. पण या वेळेस माझ्या लक्षात आले की मी पळण्यापेक्षा जास्त लंगडतच होते. सर्व काही चांगले चालले आहे असे मानायला माझे मन मला भाग पाडत होते. माझी वेळ नोंदवण्याचे काम घड्याळ अगदी चोख करत होते, पण माझ्या भावनांशी त्याला काहीच देणेघेणे नव्हते. मी स्वतःला जास्त वेळ फसवू शकले नाही. वेग वाढविण्याच्या विचारानेच माझे पाय क्षणाक्षणाला जड होऊ लागले. मी स्वतःला तसेच फरफटत पुढे नेत होत, पण माझा अहंकार मला अजूनही शरीराचे म्हणणे ऐकू देत नव्हता. मी फक्त २० किमी पळाले होते आणि

अजून २२ किमी बाकी होते. अखेर माझ्या मनानेही हार मानली. माझा घोटा सुजला होता आणि डाव्या पायाला प्रचंड वेदना होत होत्या. मी पाय उचलूही शकत नव्हते. मात्र, मी वैद्यकीय मदत मागविली नाही. मी दुर्बळ आहे आणि मला दुखापत झाली आहे हे मला सगळ्या जगाला कळू द्यायचे नव्हते. मी फक्त अरविंदला फोन केला.

मी शर्यत सोडून देतेय, असे म्हणून मी मार्गावरून बाजूला झाले.

''कुठे आहेस तू?'' त्याच्या आवाजात काळजी डोकावत होती.

''मी लीलावतीजवळच्या सी लिंक फ्लायओव्हरवर आहे.'' भावनातिरेकाने माझा आवाज जड होऊन मी धापा टाकत होते. ''मला आत्ता घरी जायचं नाहीये. माझं मन ताळ्यावर येऊ दे. मी तुला बँडस्टँडला भेटते.''

''फार धाडसी निर्णय घेतलास तू.'' माझा नवरा फक्त एवढेच म्हणाला. त्याने सुटकेचा निःश्वास सोडलेला मला जाणवला. तो व्हीटी स्थानकाजवळच्या अंतिम रेषेपाशी माझी वाट बघत उभा होता; पण मी तिथे पोचू शकले नव्हते. ''तू आधी तुझ्या तब्येतीचा विचार करतेयस हे बघून मला फार बरं वाटतंय. तुझ्याबद्दल अजूनच आदर वाटतोय. बँडस्टँडला माझी वाट बघत थांब . मी बांद्र्याची ट्रेन घेऊन येतोच.'' तो म्हणाला. मी ते मान्य केले आणि म्हणाले , ''अरविंद, मला माफ कर.'' आणि फोन ठेवून दिला.

मी पुन्हा मागे चालत गेले, बुटाला बांधलेली चिप काढून फेकून दिली आणि रडायला लागले. मला शारीरिक वेदना होत होत्याच, पण माझे हृदय त्याहून जास्त विदीर्ण झाले होते. एक धावपटू म्हणून मला अत्युच्च स्थानावर पोहोचायचे होते आणि मी त्यात जबरदस्त अपयशी ठरले होते. मी रडतच राहिले. बँडस्टँडला बसून समुद्राकडे बघत नुकत्याच घडलेल्या गोष्टीचा विचार करत बसले. मी अश्रू आवरायचा खूप प्रयत्न केला, पण ते थांबतच नव्हते. माझ्यावर डीएनएफचा डिड नॉट फिनिश (शर्यत पूर्ण केली नाही). शिक्का बसला होता. आज माझा अहंकार पूर्णपणे ठेचला गेला होता.

माझी वर्षाच्या सुरुवातीलाच वाट लागली होती. २०१२मधली ही माझी पहिली मॅरेथॉन होती आणि मी ती पूर्ण करू शकले नव्हते. कॉम्रेड्समध्ये पळण्याची संधी हुकली होती. हा घाव कोणत्याही औषधाने भरून येण्यासारखा नव्हता.

सर्वांत पहिला लॉन टेनिसचा सामना खेळण्यासाठी मी मैदानात उतरले होते तो दिवस मला आठवला. लहानपणी मी आणि माझा भाऊ कायम तिथे खेळत असू. माझ्या आई-बाबांसाठी ही स्पर्धा एकदम खास होती, कारण त्यांच्या तीनही मुलांनी त्यात भाग घेतला होता.

माझी बहीण जेव्हा तिथे सामने जिंकत होती तेव्हा मी तिला ओरडून प्रोत्साहन दिले होते. आता तिनेही माझ्यासाठी तेच करावे असे मला वाटत होते. माझ्या भावाचा सामना आधीच झाला होता आणि तो त्याने जिंकला होता. मी पण जिंकेन असा मला जबरदस्त विश्वास होता.

माझी प्रतिस्पर्धी नवखी होती आणि तिच्याबरोबर मी अनेकदा सरावही केलेला होता. तिला हरविण्याच्या विचाराने मी खूपच उत्तेजित झाले होते. हे फारच सोपं आहे, मी विचार केला. लॉन टेनिसमधली एक जबरदस्त खेळाडू म्हणून माझा बोलबाला होईल आणि प्रत्येकजण माझ्याशी खेळून मला हरवायला बघेल.

असल्या भ्रामक कल्पना उराशी घेऊन मी मैदानात प्रवेश केला. खेळायला सुरुवात केली आणि पहिले दोन गेम जिंकलेदेखील. मग मात्र अस्वस्थतेने माझा ताबा घेतला.

मी चुका करू लागले. आई-वडिलांबरोबर बसलेले भाऊ आणि बहीण मला ओरडून सतत प्रोत्साहन देत होते. वास्तविक बहिणीने एकदम शहाणपणाचे बोल ऐकवले. ''जास्त जोशात येऊ नकोस. निवांत रहा.'' ती म्हणाली. पण मी खेळावर परत पकडच मिळवू शकले नाही. मी तो गेम २-६ ने हरले आणि स्पर्धेच्या बाहेर गेले. मला इतकी लाज वाटत होती की मी जोरात आरडाओरडा करू लागले. मी नुसतीच हरले होते असे नाही, तर याआधी मी जिला अनेक वेळा अगदी सहज हरविले होते तिच्याकडून हरले होते.

ती घटना माझ्यासाठी एक निर्णायक टप्पा ठरली. आता परत हरायची माझी तयारीच नव्हती. मी अजून गंभीरपणे सरावाला सुरुवात केली आणि सतत स्वतःला बजावू लागले, नुसता खेळात भाग घेण्याचा आनंद महत्त्वाचा नाही, तर जिंकणेही तेवढेच महत्त्वाचे आहे.

आज बँडस्टँडला बसल्या बसल्या मला त्या दिवसाची आठवण झाली. मी अर्ध्यातच शर्यत सोडून तिथे बसले होते. जणू काही न लढताच आपण शर्यत सोडली असे मला वाटत होते. मला स्वतःचाच खूप राग आला होता. या सगळ्याच्या मागे आपला काय हेतू आहे का काही हेतूच नाहीये, असा सवाल मी करत होते. आपण का सोडून दिलं? वेग कमी होता म्हणून काय झालं? आपल्याकडे खिलाडूवृत्तीच नाही का? आपण असं सोडून कसं देऊ शकतो?

अरविंद बँडस्टँडला पोहोचल्यावर मी स्वतःला त्याच्याकडे झोकून दिले आणि शोक करू लागले. माझा सुजलेला घोटा आणि चेहऱ्यावर दिसणारे प्रचंड क्लेश पाहून तो हळुवारपणे म्हणाला, "हे बघ, तुला शर्यत पूर्ण केल्याचं सर्टिफ़िकेट मिळालं असतं आणि तुझं थोडंफार कौतुकही झालं असतं, पण तू पळण्यावरचं प्रेम कायमचं गमावून बसली असतीस. तू आपल्या शरीराचं ऐकून थांबलीस याचं मला फार बरं वाटतंय."

त्याचे म्हणणे बरोबर आहे हे मला माहीत होते, पण कॉम्रेड्सची संधी हुकल्याबद्दल माझा जीव अजूनही तुटत होता. अरविंदला माझे मन कळले. "हे बघ," तो म्हणाला, "कॉम्रेड्ससाठी आपण एप्रिलमधल्या स्पर्धेत परत प्रयत्न करू या. तुला बरं व्हायला तीन महिने आहेत. सगळंच काही संपलं नाहीये."

माझे मन अगदीच चंचल झाले होते. तोच एक विचार मला महत्त्वाचा वाटत होता. शरीराला आवश्यक ती विश्रांती देऊन कॉम्रेड्ससाठी तयारी करायला अरविंद मला उत्तेजन देत होता, पण तरीही आपण शर्यत अर्ध्यातून सोडून निघून आलो ही वस्तुस्थिती मला विसरता येत नव्हती. स्वतःचीच कीव करत बसण्यापेक्षा कॉम्रेड्समध्ये निवड होण्यासाठी आपल्याला कोणत्या आंतरराष्ट्रीय स्पर्धेत पळता येईल याचा मी शोध घेऊ लागले. तशी मला स्वित्झर्लंडमधील एक स्पर्धा सापडली.

परदेशात पळण्यासाठी पैसा, चित्त आणि शरीर यांची खूप जास्त गुंतवणूक करावी लागते. मी आधी माझ्या डॉक्टरांचा सल्ला घेतला. त्यांनी मला सावधपणे पावले टाकायला सांगितले. मी योगाला सुरुवात केली. शिवाय एक-दोन तास चालू लागले. मी आपल्या आहारात खूप बदल केले. हाडे

मजबूत व्हावीत म्हणून रोज ५०० मिली दही खाऊ लागले. शिवाय वाटी भरून डाळी आणि उसळी खाऊ लागले. योग्य ती जीवनसत्त्वेही त्या जोडीला घेत होते. डॉक्टरांनी अखेर मला हिरवा कंदील दाखविला.

त्या वर्षी २६ फेब्रुवारीला मी परत पळायला सुरुवात केली. दोन महिने अथक मेहनत घेतल्यानंतर माझे शरीर आणि मन कॉम्रेड्ससाठी तयार झाले होते, पण आर्थिक परिस्थिती मात्र तयार नव्हती. फारशी आर्थिक तयारी नसताना परदेशात दोन मॅरेथॉन पळणे व्यवहार्य वाटेनासे झाले. अत्यंत जड मनाने मी स्वित्झर्लंड आणि कॉम्रेड्सची कल्पना दूर सारली. पण कुठे तरी, कोणीतरी माझ्यासाठी एक खूप मोठे अघटित घडवीत होते. अजून एक आयुष्य बदलवून टाकणारा अनुभव मला लवकरच घ्यायचा होता, आणि त्याची मला तिळमात्र कल्पना नव्हती.

❖❖❖

७

एका मोठ्या स्वप्नाची सुरुवात

३ एप्रिल २०१२. तो रोजच्याप्रमाणेच कामाचा एक कंटाळवाणा दिवस होता. निदान मला राजचा फोन येईपर्यंत तरी. सर्वांत प्रथम मी राज वडगामाला हौशी धावपटूंच्या मेळाव्यात भेटले होते.

तेथील प्रत्येकजण राजबद्दल अतिशय आदराने बोलत होता. १०० किमी पळणे ही त्याच्या दृष्टीने फार मोठी गोष्ट नव्हती. त्याचा मला फोन आला तेव्हा मी चक्रावूनच गेले. राजने सरळ मुद्द्याला हात घातला . त्याने मला ग्रीनेथॉनबद्दल सांगितले.

''गेली तीन वर्षं पर्यावरणाबद्दल जागृती निर्माण करण्यासाठी आणि त्याकरता निधी गोळा करण्यासाठी आम्ही पळतो.'' तो म्हणाला, ''यावर्षी २० मे ला दिल्ली ते मुंबई असं १५०० किमी अंतर तीस दिवसांमध्ये पळून ग्रीनेथॉनमध्ये नवीन विक्रम करायचा आमचा मनसुबा आहे. त्यासाठी आम्ही चार पुरुष आणि लांब अंतर पळू शकणाऱ्या दोन बायका असा संघ तयार

करतोय. संघाचा मुख्य मिलिंद सोमण असेल. तुला आमच्याबरोबर यायला आवडेल?''

मला फारसा विचार करावासा वाटत नव्हता. माझ्या मेंदूवर हृदयाने मात केली होती. ''हो, मी तयार आहे पळायला.'' मी सांगून टाकले.

राजने विचारले, ''तुझ्या नोकरीचं काय?''

''मी ऑफिसमधलं बघते. पण तुला माझ्या नवऱ्याला समजवावं लागेल.'' मी उत्तेजित स्वरात म्हणाले.

''मला काही इतरांना पटवून देता येत नाही. मी मिलिंदला तुझ्या नवऱ्याशी बोलायला सांगतो. आणि पाहिजे असेल तर तो तुझ्या ऑफिसमध्ये पण बोलून घेईल.'' तो म्हणाला.

काही वेळ अधीरपणे वाट पाहिल्यानंतर मला मिलिंदचा फोन आला. राजने आमची ओळख करून देईपर्यंत आम्ही एकमेकांना ओळखतही नव्हतो. पण आश्चर्य म्हणजे मिलिंदला माझ्या प्रयत्नांबद्दल काहीच शंका वाटत नव्हती. त्याने माझ्या नवऱ्याशी बोलण्याचे आश्वासन दिले.

पण त्याआधी मला अरविंदशी बोलून मागच्या दोन तासांतल्या नाट्यमय घडामोडी सांगणे आवश्यक होते.

माझे सांगून झाल्यानंतर अरविंद बराच वेळ शांत होता. मग तो म्हणाला, ''ही फार मोठी संधी आहे. फोनवर आपण एवढा मोठा निर्णय घ्यायला नको. काय करायचं हे ठरवायच्या आधी सगळ्याच गोष्टींचा विचार केला पहिजे.''

''मिलिंद तुला लवकरच फोन करणार आहे.'' त्याच्या बोलण्याचा रोख लक्षात घेऊन मी म्हटले. अरविंद हसला. तो मला चांगलाच ओळखून होता.

त्या दिवशीच्या संध्याकाळच्या भेटीसाठी राज सर्वांत पहिला आमच्या घरी येऊन पोचला. तो अत्यंत मनापासून पळत असे. त्याच्या अनुभवांबद्दल, त्याच्या स्फूर्तिस्थानांबद्दल, त्याच्या आणि मिलिंदच्या सहयोगाबद्दल तो

ज्या पद्धतीने बोलत होता त्यावरून हे स्पष्ट दिसून येत होते. जरी मला माझ्या महिन्याच्या पगारावर पाणी सोडावे लागणार होते, तरी ह्या पळण्याबद्दल आम्हाला कोणत्याही प्रकारे पैसे मिळणार नाहीत, हेही त्याने स्पष्टपणे सांगितले. आम्ही समाजकार्य म्हणून हे करणे अपेक्षित होते.

मिलिंदला भेटल्यावर आम्ही खूपच आश्चर्यचकित झालो. साधी जीन्स आणि टीशर्ट या पेहरावात तो अजिबातच एखाद्या सुपरमॉडेल सारखा वाटत नव्हता.

अत्यंत नम्र आणि व्यावसायिक वृत्तीच्या मिलिंदने मला थेटच प्रश्न केला, ''तर मग तू आमच्याबरोबर दिल्ली ते मुंबई पळायला तयार आहेस का?''

उत्तर देण्याऐवजी मी त्याला विचारले, ''तुम्ही १५०० किमी पळायचं का ठरवलंत?''

मिलिंद म्हणाला, ''त्याचं असं आहे, मागच्या वर्षी प्रत्येकाला वाटत होतं, की पंधरा दिवसांत ५०० किमी पळणं हे अशक्य आहे. पण आम्ही बऱ्यापैकी सहज ते अंतर पार केलं, आणि शिवाय आम्हाला अजून पळावंसं वाटत होतं. म्हणून ह्यावेळेस पुढचा टप्पा गाठू या असं ठरवलं.'' बाकीचे काय तयारी करत आहेत असे मी त्याला विचारले. खांदे उडवून तो म्हणाला, ''खरं तर मला किंवा आम्हाला काहीच कल्पना नाहीये. जशी वेळ येईल तसं शिकायचं आणि सुधारणा करत पुढे जायचं असा बेत आहे.''

माझ्या दुखापतींबद्दल मला कोणालाहो अंधारात ठेवायचे नव्हते. मी पळायला सुरुवात कशी केली, मला काय अडथळे आले आणि अशा प्रकारचा प्रयत्न पहिल्यांदाच करत असल्यामुळे मला काय भीती वाटत आहे हे सर्व मी त्यांना सांगितले. त्यावर राज म्हणाला, ''एवढं अंतर पळायचं म्हटल्यावर आम्हाला प्रत्येकाला काही ना काही धास्ती वाटतेच. अनपेक्षितपणे काय समोर येईल माहीत नाही. मी सांगितलं त्याप्रमाणे आम्ही सहा लोकांचा संघ तयार करतोय. त्यात दोन बायका असतील. एकाआड एक पळून बायका प्रत्येकी ७५० किमी अंतर पूर्ण करायचा प्रयत्न करतील. आणि पुरुष संपूर्ण १५०० किमी पळायचा प्रयत्न करतील. एक लक्षात घे, ही कोणतीही शर्यत नाही. एका सामाजिक कामासाठी आपण आपल्याला

सहन होईपर्यंत पळणार आहोत. पूर्ण अंतर पार करणे हा मुख्य निकष असेल. तुला तीस दिवसांत ७५० किमी पूर्ण करायचेत. बस, इतकंच.''

इतका वेळ गप्प बसून ऐकणाऱ्या अरविंदने आता विचारले, ''मला सांगा, सगळी व्यवस्था कशी असणार आहे, मार्ग काय आहे आणि पळणाऱ्या स्त्रियांच्या सुरक्षिततेसाठी काय काळजी घेणार?'' माझ्या छातीचा ठोकाच चुकला. म्हणजे त्याने मला परवानगी दिली होती की काय?

मिलिंदने त्याला सर्व तपशील पुरवला. आयोजक कोण आहे, मदतनीस कोण आहेत, पळणाऱ्यांना रस्त्यावर सुरक्षा आणि मदत मिळावी म्हणून काही गाड्या सतत पळणाऱ्यांबरोबर राहतील हे सांगितले. शिवाय एक डॉक्टर आणि एक मालिश करणारा असे चोवीस तास एका फोनकॉलवर उपलब्ध असतील ह्याची माहिती दिली. चित्रविचित्र वेळांना महामार्गावरून पळावे लागेल म्हणून पळणाऱ्या स्त्रियांकडे विशेष लक्ष पुरविण्यात येईल हेही पुढे सांगितले.

''जर तिने ह्या पळण्यात भाग घ्यायचा ठरवला तर मी पण तुमच्याबरोबर येऊ शकतो का?'' अरविंदने विचारले.

आता मला उडी मारून त्याचे चुंबन घ्यावेसे वाटत होते.

''हो, अगदीच!'' मिलिंद म्हणाला, पण तुझा खर्च तुलाच करावा लागेल. तर कशाला असं करतोयस? तुम्ही दोघं काय कधीच एकमेकांपासून लांब राहत नाही?

मी नवऱ्याकडे बघून अर्थपूर्ण हसले. तो आसपास नसेल तर मी फारच चिडचिडी होते आणि म्हणून आम्ही दोघेही शक्यतो एकट्याने प्रवास करणे टाळतो. आम्ही जेव्हा दिल्लीवरून मुंबईला आलो होतो तेव्हा त्याला माझ्याआधी यावे लागले होते. तो एक महिना आणि ज्या सुट्टीत किंवा वीकेंडला आमच्यापैकी एकालाच प्रवास करावा लागे असे दिवस आमच्यासाठी खूपच ताणतणावाचे जात.

त्याच्या डोक्यात काय चालू होते ते मला समजले. तो जर ते तीस दिवस किंवा निदान सुट्टीचे दिवस आणि वीकेंडला आमच्याबरोबर येऊ शकला

नसता तर मी पळणे अर्ध्यातून सोडून, माझे चंबूगबाळे आवरून घरी पळून येण्याची दाट शक्यता होती. मी काहीच्या काही हळवी आहे असे तुम्हाला वाटेल. पण जेव्हा तुम्ही आपापल्या आई-वडिलांना सोडून एखाद्या शहरात दोघेच राहत असता तेव्हा एकमेकांवर खूप जास्त अवलंबून राहू लागता.

होणाऱ्या खर्चाबद्दल माझा नवरा अगदी समर्पक आणि व्यवहार्य प्रश्न विचारत होता आणि मिलिंदही त्या सर्वांची अगदी शांतपणे उत्तरे देत होता. आमच्यापुढे सर्वांत मोठे आव्हान आर्थिक बाजू सांभाळण्याचे असणार होते. पळण्याच्या ह्या एका महिन्यात त्या बाजूवर फारच ताण पडणार होता. शिवाय मी जिथे असेन तिथे वीकेंडला येऊन भेटण्यासाठी नवऱ्याला विमानाचाच खर्च पुष्कळ करावा लागणार होता.

मिलिंदने पैशांच्या बाबतीतले कोणतेही वचन दिले नाही, पण निदान आमच्या पळण्याच्या सामग्रीच्या खर्चासाठी प्रायोजक मिळवायचा प्रयत्न करू असे आश्वासन दिले.

ती फक्त सुरुवात होती.

सगळ्यांचे लक्ष माझ्या नवऱ्याकडे लागून राहिले होते. तो गहन विचारात गढला होता. काही वेळाने मिलिंद आणि राज यांना उद्देशून तो म्हणाला, ''तुम्ही वेळ काढून घरी आलात आणि ह्या कार्यक्रमाचे सगळे तपशील आम्हाला समजावून दिलेत त्याबद्दल मी तुमचा आभारी आहे. एवढ्या मोठ्या प्रमाणावर होत असलेल्या कार्यक्रमात भाग घेण्यासाठी किती तरी लोक तुमच्या मागे हात धुऊन लागले असतील हेही मला कळतंय. पण तुम्ही मात्र माझ्या बायकोला विचारलंत हा तुमच्या मनाचा मोठेपणा. तुमच्या आत्ताच्या सांगण्यावरून असं वाटतंय की कार्यक्रमाची व्यवस्था चांगली असेल. स्पर्धेचे आयोजक एकदम व्यावसायिक वृत्तीचे म्हणून ओळखले जातात. आणि सगळ्या तयारीविषयी काळजी करायचं मला काहीच कारण नाही असं दिसतं. शेवटी ते असा कार्यक्रम गेली तीन वर्षं एकदम व्यवस्थित पार पाडतायत. मात्र माझ्या बायकोच्या बाबतीत काय भीती वाटते ते मला तुम्हाला सांगायचंय.''

अरविंद थोडा वेळ थांबला. मी आवंढा गिळला. ह्याचे मन परत बदलणार होते की काय?

''ह्या पळण्यासाठी तुम्ही सर्वांत वाईट दिवस निवडलेत, कारण ते उन्हाळ्याच्या सुरुवातीचे दिवस आहेत.'' अरविंद बोलू लागला, मला माहीतेय की तारखा बदलता येणार नाहीत. पण तिला दमा आहे. नुकत्याच झालेल्या अपघातातून बरं व्हायला तिला खूप वेळ लागला हे तर झालंच. धुळीने भरलेल्या हायवेवर ती कितपत टिकाव धरू शकेल याची मला शंका वाटते. तिचा दमा उसळी मारणार यात काही शंकाच नाही. त्यामुळे तिचा वेग कमी होऊन तिला खूप जास्त वैद्यकीय मदतीची गरज लागेल. अशा परिस्थितीत तिला तीस दिवस काढावे लागणार आहेत याची मला काळजी वाटते.''

त्यानंतर अरविंदने माझ्याकडे पाहिले. मनात चाललेला भावनांचा कल्लोळ त्याचे डोळे प्रयत्न करूनही लपवू शकत नव्हते. ''माझ्या बायकोच्या बाबतीत सर्वांत मोठी अडचण म्हणजे ती हार मानतच नाही. जोवर तिला धरून बळजबरीने कोणी थांबवत नाही किंवा तिला हॉस्पिटलमध्ये ठेवावं लागत नाही तोवर ती पळत राहील. मला तिची काळजी वाटते.''

त्या क्षणी मी पुन्हा एकदा नव्याने अरविंदच्या प्रेमात पडले. पण माझ्यात पुरेशी ताकद आहे हेही मला स्पष्ट करायचे होते. ''आता जवळजवळ गेले वर्षभर मला दम्याचा त्रास झालेला नाहीये.'' मी मध्येच बोलले. तुला चिंता वाटते हे मला कळतंय; पण मी माझी व्यवस्थित काळजी घेईन. दुर्लक्ष केल्यामुळे तब्येतीची कोणती तरी तक्रार उद्भवली, असं होणार नाही हे नक्की. शिवाय त्यांचे डॉक्टर आहेतच. आणि मी पण माझं नेब्युलायझेशन किट बरोबर ठेवेन.''

राज अरविंदकडे वळून म्हणाला, ''काही काळजी करू नकोस. आम्ही तिची पूर्ण जबाबदारी घेऊ. तिची व्यवस्थित काळजी घेतली जातेय ना याकडे लक्ष देऊ.'' माझ्या नवऱ्याने मान हलविली खरी, पण त्याची पूर्ण समजूत पटली नव्हती.

मला ताबडतोब विषय बदलायचा होता. न जाणो नवऱ्याने आधी दिलेला हिरवा सिग्नल परत लाल व्हायचा.

मी म्हणाले, ''मी तुम्हा सगळ्यांपेक्षा सावकाश पळणार. मग मी जर मागे पडले तर तुम्ही लोक मला काढून टाकणार का?'' ह्या प्रश्नाचा अपेक्षित

परिणाम होऊन सगळेचजण थोडेसे हसले आणि वातावरण शिथिल झाले. मिलिंद म्हणाला, ''आपण सगळे एकत्र एका संघात आहोत. आम्ही कोणालाच मागे सोडून देत नाही. आणि मी आधी म्हटलं तसं तुझ्याबरोबर कायमच एक वाहन असेल. ही काही शर्यत नव्हे. आणि आपण सर्वजण हे अंतर एकत्र पार करू.''

ज्या क्षणी ते घरातून बाहेर पडले त्या क्षणापासून मी अक्षरशः माझ्या नवऱ्याच्या डोक्यावर बसले... मी जाऊ? मी जाऊ? मी जाऊ? मला मनापासून करायच्या असलेल्या ह्या गोष्टीला त्याने परवानगी द्यावी म्हणून अगदी चिकाटीने त्याच्या मागे लागले. याआधी जेव्हा त्याच्याशी लग्न करण्यासाठी आई-बाबांची परवानगी हवी होती तेव्हाच मी इतका नेटाने प्रयत्न केला होता. उत्तेजित झाल्यावर मी एखाद्या लहान हट्टी मुलासारखी वागते. पण अरविंद मात्र निवांत होता. त्याने मी अजूनच खट्टू झाले. ''हा फार मोठा निर्णय आहे आणि आपल्या दोघांनाही त्याचा नीट विचार केला पाहिजे.'' तो म्हणाला. मी वरकरणी शांत राहायचा प्रयत्न केला, पण माझ्या मनात खळबळ माजली होती. हा नाही म्हणाला तर?

त्या रात्री त्याला झोपलेले पाहिले आणि मला असे लटकत ठेवल्याबद्दल त्याचा खूप राग आला. मला स्वतःच्या निर्णयाबद्दल कोणतीही शंका नव्हती. मी पळायला तयार होते. मला माझ्या नवऱ्याला वाटणाऱ्या भीतीचीही पूर्ण कल्पना होती. त्यामानाने मी नवखी होते आणि कदाचित एवढे जास्त अंतर पळण्यासाठी लागणारा अनुभवही माझ्याकडे नव्हता. ज्या महिन्यांमध्ये, ज्या मार्गावरून आणि ज्या परिस्थितीत पळायचे होते त्यामुळे माझा दमा अधिकच बळावून सतत उसळी मारू शकला असता. शिवाय एवढा प्रवास आणि इतर सर्व गोष्टी सांभाळायच्या तर आमची पुंजी बरीच रिकामी होणार होती. मी अरविंदच्या चिंतांचा विचार करत बसले. त्या चिंता अखेर माझ्याही चिंता होत्याच की!

पहाटे कधी तरी माझा डोळा लागला असावा, कारण नवऱ्याने मला जागे केले. क्षणभर वाटले, काल घडून गेले ते सगळे स्वप्नच होते. पण त्याच्या बोलण्याने मला लगेचच वास्तवात आणले. ''तू पळालंच पाहिजेस माझ्या बाळा, आणि तेही पूर्ण १५०० किमी. तुला हे नक्की जमेल. मला थोडी जरी शंका असती तरी मी तुला पळ असं म्हटलं नसतं. शप्पथ!''

घरच्यांना मी चाचरत केलेले फोन आणि त्यावरच्या त्यांच्या मला नाउमेद करणाऱ्या प्रतिक्रिया यानंतर वडिलांनी मला दुपारी परत फोन केला. बहुधा माझ्यामुळे घरात बरेच मोठे वादळ निर्माण झाले होते. त्यांनी आपापसात माझ्या ह्या निर्णयाबद्दल बराच वेळ चर्चा केली होती. मी घाबरून गेले. पण माझे बाबा सकाळच्या बोलण्यानंतर आता बरेच निवांत वाटत होते. त्यांना माझ्याकडून ह्या कार्यक्रमाचे सगळे तपशील हवे होते आणि ते मी त्यांना पुढचा अर्धा तास देत होते. त्यांनी सर्व काही शांतपणे ऐकून घेतले. मधे मधे मला काही समर्पक प्रश्नही विचारले. माझे बोलून झाल्यावर ते बराच वेळ गप्प होते. त्या दिवशी मला कोणत्याही प्रकारचा नकार सहन झाला नसता. ते म्हणाले, ''मला तुझा खूप अभिमान वाटतो– धोके पत्करायला आणि वेगळ्याच गोष्टी करायला तुला आवडतात हे मला ठाऊक आहे. पण तरीही तू एवढा हट्टीपणा का करतेयस? लग्न झाल्यानंतर आता तुला ह्या अवघड प्रकारात भाग घेऊन इतके सगळे धोके का पत्करावेसे वाटतायत? तू ह्या गोष्टीचा कधी विचार केलायस का?''

मी सबंध दिवसभर आपली बाजू मांडायची संधी कधी मिळते याची वाटच बघत होते. मी माझे अंतःकरण बाबांसमोर खुले केले, ''पपा, ह्या कार्यक्रमात पळून मला सगळ्या जगाला दाखवून देता येईल की माझ्यात किती ताकद आलीये. तुम्हाला आठवतंय, पूर्वी सगळेजण म्हणायचे, की मी लॉन टेनिस खेळण्यासाठी अजिबात तंदुरुस्त नाही. मी कायम घरातच राहिले पाहिजे? आणि आज मात्र ह्या लोकांनी मला आपणहून बोलावलंय, तेही एक स्त्री म्हणून. सहनशक्तीची परीक्षा बघणारं इतकं लांब अंतर पळून जाण्याचा विक्रम आम्ही करणार आहोत. माझ्यापेक्षा किती तरी चांगलं पळणाऱ्या स्त्रिया आहेत; पण कोणाला तरी मीही तेवढंच चांगलं पळू शकेन असं वाटतंय. माझा पूर्वीचा हिशोब आता चुकता होणार आहे. हे पळणं फक्त कुठे तरी नोंद करून ठेवायला नाहीये, एका चांगल्या कामासाठी आहे. आपला घाम गाळून आणि रक्त सांडून मी लोकांमध्ये लहानसा जरी बदल घडवून आणू शकले तरी सगळ्याचं सार्थक होईल. शिवाय बायका ह्या फक्त छान दिसण्यासाठी, लग्न करून मुलांना जन्म देण्यासाठी असतात, ही समजूत मला खोटी पडायची आहे. आणि हायवेवर पळून मला ते करायचंय. मला तुम्ही माझ्या पाठीशी उभे राहायला हवे आहात. माझ्यासारखी मुलगी असल्याचा तुम्हाला अभिमान वाटावा अशी माझी इच्छा आहे. लहानपणी

मी जेव्हा हार मानली होती तेव्हा तुम्हीच मला लढायला शिकवलंत.''

बाबा म्हणाले, ''जा बेटा,'' तुझी स्वप्नं पूर्ण कर. आमची पोर आहेस तू. आम्ही आणि आमच्या प्रार्थना कायमच तुझ्या पाठीशी आहेत. दाखवून दे सगळ्या जगाला की त्यांचं किती चुकतंय. आम्हाला सगळ्यांना तुझा अभिमान वाटू दे.'' माझे डोळे आनंदाश्रूंनी भरून आले.

गुरु गोविंद दौ खड़े, काके लागून पाये। बलिहारी गुरु आपकी, गोविंद दियो मिलाये।।

(माझ्यासमोर देव आणि माझा गुरु दोघेही आहेत. आधी कोणाच्या पाया पडू? मी आधी माझ्या गुरुच्या पाया पडतो, कारण देवाकडे जाण्याचा मार्ग त्यानेच तर मला दाखविला आहे.)

पळण्याच्या त्या तीस दिवसांमध्ये माझ्या निष्ठेचा कस लागणार होता. मला दिलेली वचने, आश्वासने आणि मी टाकलेला विश्वास यांची चांगलीच परीक्षा होणार होती आणि झालेल्या जखमांचे व्रणही खूप काळ राहाणार होते. पण सध्या मात्र मी खूप खूप आनंदात होते आणि आयुष्यात क्वचितच मिळू शकणाऱ्या या संधीकडे डोळे लावून बसले होते.

❖❖❖

८

आधीचे बारा दिवस

आमचे विमान दिल्लीभोवती घिरट्या घालत होते. मी खिडकीतून खाली पसरलेल्या शहराकडे पाहिले आणि दिल्लीतल्या जुन्या दिवसांची फार तीव्रतेने आठवण झाली. इथेच मी पळायला सुरुवात केली होती. इथेच माझ्या वैवाहिक आयुष्याची सुरुवात झाली होती. पण आता मी एक वेगळीच ओळख घेऊन इथे उतरत होते.

मॅरेथॉनला सुरुवात होण्याआधीचे बारा दिवस खूपच गडबडीचे गेले. आता चार पुरुष आणि दोन स्त्रिया याच्याऐवजी पाच पुरुष आणि एक स्त्री अशी विभागणी झाली. ह्या मॅरेथॉनमध्ये सहभागी होणारी मी एकटीच स्त्री असणार होते. अजून एक स्त्री सोबतीला असेल तर पळायला जरा सोपे जाईल असे आधी वाटत असल्याने आता मला खरोखर काळजी वाटू लागली.

आता आयुष्यात सराव आणि योग्य आहार ह्या दोनच गोष्टींना प्राधान्य होते.

मी दिवसातून दोनदा पळत असे. दिवसा उन्हात आणि शिवाय संध्याकाळी. कधी कधी मी ऑफिसमधून घरी येताना पळत येत असे. भारतातल्या रस्त्यांची सवय व्हावी म्हणून मी कार्टर रोडवर जेवून, झोपून आणि अगदी ध्यानधारणादेखील करून बघितले. माझा आहार अधिक पौष्टिक झाला. घरी तयार केलेले ५०० ग्रॅम पनीर, भरपूर दही, शेंगदाणे, खजूर, पालक आणि फळे यांचा मी रोजच्या आहारात समावेश केला. माझ्या स्टॅमिनानुसार मी पाणी पिण्याचे प्रमाणही वाढविले. शिवाय जेव्हा आम्ही चालायला जात असू तेव्हा अरविंद सतत माझ्याबरोबर राहून मला उत्तेजन देत असे. माझ्यात अजून पूर्ण आत्मविश्वास आला नव्हता पण शरीर मात्र पळायला उतावीळ झाले होते. मनाची तयारी व्हावी म्हणून मी खूप लांब पल्ल्याच्या पळण्याविषयी वाचायला सुरुवात केली.

लांब पल्ल्याच्या शर्यतींमध्ये चालणे किती महत्त्वाचे असते ते मला समजले. किती तरी चांगले धावपटू ह्या बाबीकडे दुर्लक्ष करून मोठीच जोखीम पत्करतात. मला चालायला अजिबात आवडत नसूनही मी माझ्या सरावात त्याचा समावेश केला. मी असे गणित मांडले, की जर एखादा लांब पल्ल्याचा धावपटू ताशी ९ किमी वेगाने पळत असेल आणि तीन तासांनी पंधरा मिनिटे थांबून विश्रांती घेत असेल तर मी अशी विश्रांती न घेता पळून चार तासांत त्याला गाठू शकेन.

शरीर अधिक कार्यक्षम आणि बांधेसूद व्हावे म्हणून मी माझ्या अस्थिरोगतज्ज्ञांच्या सल्ल्याने खास मालिश करून घेतले. मला १०० टक्के तंदुरुस्त आणि तयार राहायचे होते. ह्या वेळेस कोणताही धोका पत्करायला मी तयार नव्हते.

ह्या सगळ्या तयारीत मी इतकी गढून गेले होते की आपल्या बहिणीचे डोहाळजेवण जवळ आले आहे हे मी विसरूनच गेले. माझ्या आई-बाबांचे पहिले नातवंड तिच्या पोटी जन्माला येणार होते.

मला कामातून सुट्टी घेता येईल अशा सुमारास तिने डोहाळजेवण करायचा बेत केला होता. आम्ही फेब्रुवारीमध्येच तिकिटे काढून ठेवली होती. एवढा महत्त्वाचा कार्यक्रम चुकणार म्हणून मला भयंकर वाईट वाटत होते, पण आठवड्याभरात पळायला सुरुवात होणार होती आणि मी द्विधा मन:स्थितीत सापडले होते.

नेहमीप्रमाणेच माझ्या बहिणीने मला समजून घेतले. ''चिनू, तुला कसून तयारी केली पाहिजे. आता तू लवकरच मावशी होणारेयस. तेव्हा बाळाला सांगायला आयुष्यभर पुरतील एवढ्या गोष्टी घेऊन ये. जर शर्यत पूर्ण न करता परत आलीस तर याद राख, आम्ही तुला बेदखल करून टाकू!''

भरल्या डोळ्यांनीच मी फोन ठेवला.

ज्या प्रकारे नियती मला सतत सरधोपट मार्ग सोडायला लावत होती त्याचे मला नेहमी आश्चर्य वाटे. जेव्हा माझ्या वयाच्या सर्व बायका आपापल्या मुलाबाळांमध्ये रमल्या होत्या– आणि आपल्या देशात तरी तेच करणे योग्य समजले जाते– तेव्हा मी हे एवढे लांबलचक अंतर पळण्याची तयारी करण्यात गुंतले होते.

दिल्लीला जायच्या आदल्या दिवशी मला राज आणि मिलिंद नाइकेच्या दुकानात भेटले. आपापली पळण्याची सामग्री घ्यायला आम्ही तिथे गेलो होतो. तिथेच आमची अपूर्ब दास याच्याशी ओळख करून देण्यात आली. तो त्याच्या घरच्यांबरोबर आला होता. एक अत्यंत ताकदीचा धावपटू म्हणून त्याची ख्याती होती.

अगदी साधी पार्श्वभूमी असलेला, पळण्याची जबरदस्त आवड असलेला आणि सदोदित हसतमुख असा अपूर्ब मला आणि अरविंदला पाहताक्षणीच आवडला. दुकानातील वातावरण उत्साहाने भारलेले होते. मला कधी एकदा पळायला सुरुवात करते असे झाले होते.

इकडे घरी पुढील काही दिवसांसाठी लागणाऱ्या सर्व बारीकसारीक वस्तूंसकट सामान भरल्यानंतर मी आई–बाबांना फोन केला. ''तुमच्या आशीर्वादाशिवाय मी हा प्रवास करूच शकत नाही. येत्या काही दिवसांत सगळ्या जगाला आणि ह्या आव्हानाला मी एकटीने सामोरी जाईन तेव्हा तुमचा आशीर्वाद हीच माझी ढाल असणार आहे. सुरुवात करायच्या आधी मला एकदा तुम्हाला मिठी मारायची आहे.'' मी त्यांना सांगितले.

माझ्या वडिलांची नुकतीच एक गंभीर शस्त्रक्रिया झाली होती आणि त्यांना प्रवास करायला मनाई होती. पण त्यांनी माझे मन ओळखले होते. ''तू जर १५०० किमी पळू शकतेस तर मीही ५०० किमी प्रवास करू शकतो. तुला

शुभेच्छा देण्यासाठी यायचं म्हणून आम्ही आधीच आमची तिकिटं काढली आहेत. आणि तुमचं पळणं संपेल तेव्हाही आम्ही तिथे हजर असू.'' त्यांनी जाहीर केले. बस, मला एवढेच ऐकायचे होते.

ह्या प्रदीर्घ साहसाला सुरुवात करण्याकरता निघायच्या आदल्या दिवशीची मुंबईतील रात्र फारच हृदयस्पर्शी होती. मी घरभर ठिकठिकाणी घुटमळत होते. शेवटी माझी हुरहूर नवऱ्याच्या लक्षात आली. त्याने मला बाजूला ओढून माझे चुंबन घेतले. मला फारशी झोप लागली नाही. आयुष्यातला अत्यंत महत्त्वाचा भाग आपण मागे सोडून जात आहोत असे मला वाटत होते.

रात्रभर एकही शब्द न बोलता आम्ही एकमेकांच्या कुशीत पडून राहिलो. एकमेकांवर मनापासून प्रेम असणे म्हणजे काय हे लग्नाला दोन वर्षे झाल्यानंतर आत्ता आम्हाला कळले होते.

दिल्लीला जाताना विमानात मला डुलकी लागली, पण विमान उतरताना मात्र मी टक्क जागी होते. मिलिंद अतिथिगृहात आमची वाट बघत होता. पहिल्यांदाच सर्व संघ एकत्र आला होता. आम्ही महेश साळवी आणि सज्जन डबास ह्या बाकीच्या धावपटूंना भेटलो आणि आमची उरलेली पळण्याची सामग्री ताब्यात घेतली.

संघ असा होता– मिलिंद, अपूर्ब आणि राज हे चाळिशीतले तिघेही पुढे पळणार होते. महेश, सज्जन आणि छुपा रुस्तम म्हणजे मी– ही युवा पलटण होती.

अरविंद आम्हाला सोडून त्याच्या गुरगाव ऑफिसात काम करायला गेला. आई–बाबांबरोबर वेळ घालवायला बाहेर पडायच्या आधी मी त्यांना माझ्याबरोबर पळणाऱ्यांची ओळख करून दिली. मी जणू काही एखादे लहान मूल आहे अशा पद्धतीने आई–बाबा माझ्याशी बोलत होते. ते बघून मला फार गंमत वाटली आणि त्यांचे ते वागणे कुठे तरी मनाला स्पर्शही करून गेले. मात्र, एखाद्या किशोरवयीन बंडखोर मुलीप्रमाणे न वागता मी त्यांनी दिलेला प्रत्येक सल्ला , सावधगिरीची सूचना आणि प्रोत्साहनाचे शब्द ऐकून घेतले.

''फार दडपण घेऊ नकोस.'' आई म्हणाली.

''पळताना फक्त पायांचाच नाही तर डोक्याचाही वापर कर. पळता आलं नाही तर चाल आणि चालताही आलं नाही तर रांगत ये, पण ठरलेलं अंतर पूर्ण कर आणि मगच घरी ये, नाही तर येऊ नकोस!'' माझे पहिले गुरु– माझे बाबा म्हणाले. शिवाय ते पुढे असेही म्हणाले, की मी तुझ्यासाठी ही डायरी आणलीये. तुझे अनुभव तू ह्यात लिहून काढले पाहिजेस. मला एका तरुण स्त्रीच्या नजरेतून भारत बघायचाय.

आम्ही एका मॉलच्या बाहेर बसलो होतो. मी आई-बाबांना मिठी मारली. ''मी कदाचित आदर्श मुलगी बनू शकले नाही, पण तुम्ही माझे दैवत आहात. आणि तुम्हाला अभिमान वाटेल असंच मी वागेन.''

दुसऱ्या दिवशी सकाळी ४ वाजता आम्हाला कुतुबमिनारपासून पळायला सुरुवात करायची होती. लवकर जेवून झोपणे आवश्यक होते. अरविंदला यायला उशीर झाला, पण आम्ही पटकन थोडेसे खाऊन ८.३० ला झोपायला गेलो. त्या रात्री मी त्याच्या कुशीत एखाद्या लहान मुलाप्रमाणे झोपले. माझी सगळी हुरहूर नाहीशी होते आहे असे वाटत होते.

आता फक्त मी होते आणि मला पळायचे असलेले ते अंतर होते.

९

इतिहास घडविताना

व्यवसायाने इंटीरियर डिझायनर आणि फिटनेस कोच असलेल्या राजने भारतभरातील अनेक लांब पल्ल्यांच्या पळण्याच्या शर्यतींत भाग घेतला होता. पळणाऱ्यांच्या गटांमध्ये त्याचा वट असल्याने ह्या तीस दिवसांमध्ये अनेक धावपटू आम्हाला येऊन मिळाले. थरचे वाळवंट पळून (थर डेझर्ट रन) तो नुकताच १३ एप्रिलला परत आला होता. त्याला उच्च रक्तदाबाचा त्रास होता. घरातील एकुलता एक कमावता माणूस असूनही सर्व काही सोडून तो ह्या पळण्यात भाग घ्यायला आला होता.

अपूर्ब दास लांब पल्ल्याचा एक जबरदस्त धावपटू होता. आम्ही त्याला नंतर ओल्ड माँक असे टोपणनाव दिले. सहज-साध्या स्वभावामुळे आयुष्यात काढलेल्या हालअपेष्टांची सावली त्याच्यावर पडली नव्हती. त्याला रेल्वेत एक साधीशी नोकरी होती आणि आजारी बायको व एक मुलगी यांची जबाबदारीही त्याच्यावर होती. पळण्यात अत्यंत कौतुकास्पद कामगिरी

करूनही आर्थिक बाजू लंगडी असल्याने तो किती तरी शर्यतींमध्ये भाग घेऊ शकत नसे.

सज्जन डबास हा पूर्वी फॅशन डिझायनर म्हणून काम करत असे आणि सध्या तो त्याच्याच घरच्या बांधकामाच्या व्यवसायात काम करत होता. पळण्यात भाग घेण्यासाठी आपल्या वडिलांची परवानगी मिळवायला त्याला फार कष्ट पडले. शिवाय त्या महिन्याभरासाठी त्याला कामावरून कमी करण्यात आले ते वेगळेच. पपाज बॉय असे त्याचे टोपणनाव होते. पळायला यायच्या आधीच त्याला दुखापत झालेली होती. जोम वाढावा म्हणून तो रोज केळ्याचे शेक रिचवीत असे.

महेश एका प्रवासी कंपनीमध्ये गाइडचे काम करत होता. पळण्याच्या कार्यक्रमाच्या आधी महिनाभर तो नोकरीनिमित्त घराबाहेर होता. तसा तो कोणाच्या अध्यात–मध्यात नसे आणि अरविंद आसपास नसेल तर माझ्याशी सहसा बोलतही नसे. त्याने आमच्याबरोबर येण्यासाठी कामातून बिनपगारी रजा घेतली होती.

हे सगळे पुरुष अनुभवी होते. नक्की काय घडू शकते आणि काय चुकू शकते हे त्यांना चांगलेच माहीत होते. मला मात्र अर्थातच पुढे काय वाढून ठेवले आहे याची कल्पना नव्हती.

आपण पर्यावरणासाठी काही चांगले काम करत आहोत आणि सकारात्मक बदल घडवण्यात आपला हातभार लागणार आहे असे वाटल्यामुळेच आम्ही सर्वांनी ह्या पळण्यात भाग घ्यायला संमती दिली होती. ज्या चॅनेलने हा कार्यक्रम आयोजित केला होता त्यांनी दिल्ली ते मुंबई या वाटेवर आम्ही केलेल्या पर्यावरणपूरक गोष्टींच्या प्रचाराला प्रसिद्धी द्यायचे मान्य केले होते. देशभरातील कोट्यवधी प्रेक्षकांमध्ये जागृती निर्माण करण्याचा हा प्रयत्न होता. भारतातील खडतर रस्ते, प्रदूषण आणि उकाड्याला तोंड देताना आम्ही दाखवलेल्या चिकाटीच्या बातम्यांचा वापर चांगल्या कामासाठी होणार होता. प्रदूषण आणि ग्लोबल वॉर्मिंगमुळे विपरीत परिणाम झालेल्या गावांमधील लोकांचे आयुष्य सुधारावे म्हणून निधी उभा करण्यासाठी त्याचा उपयोग होणार होता. हा प्रसंग, हा क्षण आम्हा सर्वांपेक्षा किती तरी मोठा होता.

पण प्रसिद्धिमाध्यमांमध्ये ह्या दौडीबद्दल अवाक्षर नव्हते, किंवा दिलीच तर अगदी अस्पष्ट माहिती दिली जात होती.

आमच्यात असलेली एकमेव नामांकित व्यक्ती अखेरीस आपल्या गाडीत बसून निघून जाणार होती, पण इतर अनामिक धावपटूंना मात्र स्वतःच्या दुखापतींवर आणि घायाळ मनांवर उपचार करावा लागणार होता.

ह्या सगळ्याचे खापर आमच्या गटाच्या प्रमुखावर- मिलिंद सोमणवर सहज फोडता येईल. मात्र, त्याने ह्या प्रसंगावर तोडगा काढायचे खूप प्रयत्न केले हे सत्य आहे.

आयोजक आणि मदतनीस यांना मात्र फक्त एकाच गोष्टीशी कर्तव्य होते- टीआरपी

दिवस पहिला

२० एप्रिल २०१२

पहिल्या दिवशी म्हणजे २० एप्रिल २०१२ ला पहाटे २.३० वाजताचा गजर वाजला तेव्हा पुढे वाढून ठेवलेल्या जोखमीची आणि नाट्यमय शर्यतीची मला कल्पना नव्हती. मी ताडकन उठले. माझे सामान भरले, कपडे आणि बूट त्वचेला घासू नयेत म्हणून पायाच्या अंगठ्याला, छातीला आणि जांघेत पेट्रोलियम जेली लावली आणि तयार होऊन इतरांना भेटायला खाली गेले. आमचा नाश्ता अत्यंत शांततेत आणि विचारमग्न अवस्थेत पार पडला. त्यानंतर आम्ही बाहेर पडून पहाटेच्या आल्हाददायक वातावरणात वॉर्मअप आणि इतर व्यायामप्रकार केले.

आजूबाजूला बघितले तर मी आणि मिलिंद सोडून सर्वांनी नवीन बूट घातले होते. माझी पहिली अल्ट्रा-मॅरेथॉन जिंकताना ज्यांचा खूप उपयोग झाला होता ते जुनेच नाइकेचे बूट मी घातले होते. ते माझ्यासाठी फार शुभशकुनी आहेत. आता जरी त्यांचा गुबगुबीतपणा कमी झाला असला तरी ती माझी सर्वांत अमूल्य ठेव आहे.

राज आणि अपूर्ब आतापासूनच मदतनीस लोकांबद्दल तक्रार करत होते.

मागच्या वर्षीचे मदतनीस ह्यापेक्षा खूपच कार्यक्षम होते म्हणे. त्यात भर म्हणजे हे सगळे मदतनीस उशिरा पोहोचले आणि आम्हाला आमचे सामान न घेताच गडबडीने पुढे जावे लागले.

दौड सुरू करायला थोडाच वेळ राहिला असताना आम्ही कुतुबमिनारला पोहोचलो. आता पळायला आम्ही एकदम सज्ज होतो. साधारणपणे पहाटे ४ वाजता आम्ही सुरुवात केली. टीव्हीवरील थेट प्रक्षेपण सकाळी ९ वाजता सुरू होणार होते. त्यामुळे आत्ता पळायला सुरुवात करून आणि काही अंतर पार करून आम्ही परत या ठिकाणी येणार होतो. तिथे सर्व प्रसिद्धिमाध्यमांच्या समोर आणि अनेक नामवंत लोकांच्या उपस्थितीत पळण्याची अधिकृतपणे सुरुवात होणार होती.

अनेक दिवस चालणाऱ्या ह्या दौडीबाबतची सर्वांत उत्तम गोष्ट म्हणजे एवढे मोठे अंतर पळून जायचा प्रयत्न यापूर्वी कधीच कोणी केला नसल्याने चूक किंवा बरोबर असे काहीच धोरण ठरलेले नव्हते. जसजसे पुढे जाऊ तसतसे शिकत जायचे आणि परिस्थितीशी जुळवून घेत सुधारणा करत राहायचे.

मिलिंद व इतरांनी १० किमी, ८ किमी आणि ६ किमी अशा टप्प्यांमध्ये अंतर विभागून तेवढे अंतर सलग पळायचे आणि मग विश्रांतीसाठी थांबायचे असे ठरविले. मी मात्र वेगळेच धोरण अवलंबिले.

मी ह्या लोकांइतक्या वेगाने पळू शकणार नाही हे तर उघड होते. त्यामुळे जेवढे शक्य आहे तेवढे अंतर पळायचे आणि मग दम लागला तर सरळ चालायला सुरुवात करायची असे मी ठरविले. अरविंद माझ्या मदतनीसांमध्ये असल्याने मला कशाचीच भीती वाटत नव्हती. मी एकदम जोशात होते.

पहाटे लवकर सर्व रस्ते रिकामे असल्याने चांगले पळता आले. कुतुबमिनारपासून पुढे गुरगावच्या रस्त्यावर आम्ही १५ किमी पळालो. परत आलो तोवर ३० किमी पळून झालेसुद्धा होते. आमचा आत्मविश्वास काय जबरदस्त वाढला!

पण लवकरच माझ्या उजव्या पायाच्या अंगठ्याला बूट घासू लागला आणि मला अपशकुन झाल्यासारखे वाटले. शेवटपर्यंत अंगठ्यांची नखे शाबूत

राहतील अशी माझी अजिबातच अपेक्षा नव्हती, पण मला पहिलेच नख अगदी पहिल्याच दिवशी गमवायचे नव्हते.

मी माझा पहिला धडा शिकले- लांब अंतर पळायचे असेल तर नेहमीपेक्षा जास्तच सढळ हाताने अंगठ्यांना वंगण लावले पाहिजे. सकाळची दौड संपेपर्यंत मदतनीस लोकांनी आमची सगळी सामग्री बरोबरच्या बसमध्ये आणून ठेवली होती. मी बसमध्ये शिरले, अंगठ्याला मलमपट्टी केली, नवीन बूट-मोजे चढविले आणि पुढे पळायला सज्ज झाले.

आपण टीव्हीवर दिसणार आणि एवढे महत्त्व मिळालेल्या क्रिकेटव्यतिरिक्त कोणत्या तरी क्रीडाप्रकारात भाग घेणार म्हणून आम्ही सगळे फारच उत्साहात होतो. सगळी व्यवस्था अगदी बारीकसारीक तपशिलांसह तयार होती. बरोबरच्या चमूमध्ये एक मालिश करणारा, एक डॉक्टर, व्यवस्थापक आणि प्रसारमाध्यमाचा एक संच होता. त्या संचात एक रेकॉर्डिंग व्यवस्थापक, कॅमेरामन, त्याचा एक सहकारी, एक स्त्री प्रतिनिधी, अजून एक स्त्री मदतनीस, एक बसचालक, मदतनीस लोकांसाठी तीन आणि माझ्यासाठी एक वाहनचालक एवढी माणसे होती.

बसमधून खाली उतरत असतानाच मला आई-बाबा आणि भाऊ उत्सुकतेने वाट बघत असलेले दिसले. खूप वर्षांनी भेटत असल्यासारखी आम्ही एकमेकांना मिठी मारली. पळताना लगेचच झालेल्या दुखापतीबद्दल त्यांना कळले होते आणि माझी चिंता वाटत होती.

बाबांना सर्वांत जास्त काळजी लागून राहिली होती. ''दुखतंय का खूप? शर्यत पूर्ण करता येईल का नाही अशी शंका वाटतेय?'' त्यांनी विचारले.

मी हसले. मला दुखत होते पण कोणतीही शंका वाटत नव्हती. ''नाही पपा, मी हे आरामात करू शकेन. माझ्यात खूप शक्ती आहे.''

माझी आई डॉक्टर असल्याने ताबडतोब काय काळजी घ्यावी, तब्येत कशी सांभाळावी याच्या सूचना ती देऊ लागली आणि वातावरण हलके झाले. ''चिनू, मला तुझा खूप अभिमान वाटतो. भरपूर पाणी पीत रहा म्हणजे पायाला फोड येणार नाहीत. ह्या सल्ल्याकडे दुर्लक्ष केल्याची फार मोठी किंमत मला पुढे जाऊन चुकवावी लागणार होती.

पपांना मी शर्यत सोडून देईन की काय याचीच जास्त काळजी लागून राहिली होती. ''पळायचं सोडू नकोस. तुझ्या ध्येयापासून तुला लांब ठेवणाऱ्या कोणत्याही नकारात्मक विचाराला थारा देऊ नकोस. १५०० किमीपेक्षा एखादा किमी जास्त पळालीस तरी चालेल पण एकही किमी कमी चालणार नाही. शंका वाटत असेल तर आत्ताच सोडून दे, पण एकदा का दिल्लीतून निघालीस की सोडू नकोस. आणि लक्षात ठेव, ज्या गोष्टीमुळे आपण मरत नाही ती गोष्ट आपल्याला अधिकच ताकदवान बनविते. आम्ही तुझी अंतिम रेषेपाशी वाट बघत असू.''

त्यांच्या या बोलण्याने माझ्या महत्त्वाकांक्षेला अधिकच खतपाणी मिळाले. कार्यक्रम सुरू व्हायची वेळ झाली होती. गर्दीत उभ्या असलेल्या घरच्यांकडे मी नजर टाकतेय तेवढ्यात कार्यक्रम सुरूच झाला. आम्ही राष्ट्रीय टीव्हीवर थेट प्रक्षेपणाद्वारे दिसू लागलो. मिलिंदने आमची सर्वांची टीव्हीवर ओळख करून दिली तसेच शर्यतीबद्दल माहिती दिली.

मी घरच्यांना हात केला आणि रस्त्यावर पळायला उतरले.

गुरगाव मागे टाकल्यानंतर लवकरच भारतातल्या एका वेगळ्या वस्तुस्थितीचे आम्हाला दर्शन झाले. महामार्गावर फुटलेल्या बियर आणि व्हिस्कीच्या बाटल्यांचा खच पडला होता.

भट्टी माइन्स येथे पोहोचण्यासाठी आम्हाला अजून १५ किमी पळायचे होते. पर्यावरणाचा प्रचार करण्याच्या कार्यक्रमातील तो आमचा पहिला थांबा होता.

दिल्ली आणि हरयाणाच्या मधल्या एका लहानशा कोपऱ्यात वसलेले भट्टी माइन्स हे एके काळी बांधकामातल्या तेजीमुळे फैलावलेल्या अनधिकृत खाणकाम व्यवसायाचे मूर्तिमंत उदाहरण होते. मागच्या दशकात प्रचंड प्रमाणात केलेल्या वनीकरणानंतर मात्र ह्या जागेचे नंदनवनच झाले आहे. पावसाळ्यात भरून वाहणारे तलाव आणि जगाच्या विविध भागांतून आलेले असंख्य प्रकारच्या पक्ष्यांचे थवे इथे बघायला मिळतात. इथल्या खाणी आता असोला अभयारण्याचा भाग आहेत. सुरुवातीच्या काळातील खाणकामाचे अवशेष असलेले खोल खड्डे आता गोड्या पाण्याने भरले आहेत.

महामार्गावरच्या वाळवंटातले ते जणू मरुद्यान होते. प्रादेशिक सेनेच्या (टेरिटोरियल आर्मी) लोकांनी पर्यावरण संरक्षणाची ही कौतुकास्पद कामगिरी केली होती.

इथेच मी माझे पहिले रोपटे लावले. अनेक नामांकित व्यक्तींना असे रोप लावताना मी नेहमी पाहिले होते. त्यामुळे मला जेव्हा ते करायची संधी मिळाली आणि तीदेखील कॅमेऱ्यासमोर, तेव्हा मी थरारून गेले. फक्त झाले एवढेच, की काहीतरी घोळामुळे माझ्या रोपाला लावलेल्या चिठ्ठीवर श्रीयुत सुमेधा महाजन असे लिहून आले!

आत्तापर्यंत आम्ही ४५ किमी अंतर कापले होते आणि अजून १०० किमीपर्यंत जायची माझी तयारी होती. जेव्हा पुरुषांनी ५७ किमीनंतर थांबायचे ठरविले तेव्हा अजून थोडे पळावे असे मी ठरविले. हे कळल्यावर गाडीतून खाली उतरून अरविंदने मला आठवण करून दिली, की १५०० किमी पूर्ण करायला माझ्याकडे अजून एकोणतीस दिवस आहेत. मी मोजून पहिले, तर त्या दिवशी मी ६२ किमी पळाले होते. तसेही आता वाहनांची वर्दळ, धूळ आणि प्रदूषण अधिकच वाढू लागले होते. एक हलकीशी सर येऊन गेली आणि त्यानंतर वाळूचे जोरदार वादळ सुरू झाले.

संध्याकाळी पळायचा बेत आम्हाला गुंडाळावा लागला. अंघोळ करून, जेवून आणि उद्याची आखणी करून झाल्यावर मी झोपायला गेले. पुढील काही दिवसांसाठी तरी शांतपणे झोपण्याची ती माझी शेवटची रात्र होती असे आता मागे वळून पाहताना जाणवते.

दिवस दुसरा

व्यवस्थित झोप झाली असूनही उठल्यावर मला खूप थकल्यासारखे वाटत होते. अंघोळ करून मी तयारीला सुरुवात केली, पण अंग फारच आखडल्यासारखे झाले होते.

काल भट्टी माइन्सला पळल्यामुळे दुखत असेल, अशी मी स्वतःचीच समजूत काढली. कशीबशी स्वतःला सावरून मी पहाटे ३.४५ वाजता स्वागतकक्षात आले आणि इतरांच्यात सामील झाले. तिथेच मी माला होन्नात्तीला भेटले. राजने तिची ओळख करून दिली. ती एक गिर्यारोहक, स्कीअर आणि लांब

पल्ल्याची धावपटू होती. तिच्या अनेक विक्रमांपैकी एक म्हणजे तिने एव्हरेस्ट बेस कॅम्पला पळण्याचा विक्रम केला होता. ती आम्हाला पाठिंबा द्यायला आली होती, आणि वयाच्या पन्नाशीतही ती इतकी चळवळी आणि तंदुरुस्त होती की विश्वास बसत नव्हता.

आमच्याबरोबर १५–२० किमी पळून माला परतणार होती. आपल्याबरोबर पळायला अजून एक स्त्री आहे आणि तीदेखील मालासारखी, याचा मला फार आनंद झाला होता.

पहाटे बरोबर ४ वाजता आम्ही सुरुवात केली. माला आणि मी एकत्र पळत होतो. काल संध्याकाळी झालेल्या पावसाच्या कृपेने आजची सकाळ फारच आल्हाददायक होती. वाहनांची वर्दळही खूप कमी होती.

पण काही तरी चुकत आहे हे मी पळायला सुरुवात करताक्षणी माझ्या लक्षात आले.

मी सर्व ताकद लावून पळत होते, पण तरी गुंगी आल्यासारखे वाटत होते. माझा वेगही व्यवस्थित होता, पण मी स्वतःला ओढत नेत आहे असे वाटत होते.

मी फक्त १३ किमी अंतर कापले होते. बाकीचे पळणारे माझ्यापुढे साधारण ५०० मीटर किंवा थोडेसे जास्त असतील. मी मागे पडू लागले. मालासुद्धा माझ्यापुढे १००–२०० मीटर होती. माझ्यामागे फक्त माझे मदतनीस राहिले होते. अजून उजाडलेही नव्हते. आणि लवकरच मालादेखील दिसेनाशी झाली.

मी चालायला सुरुवात केली.

''एवढ्या लवकर पळायची का थांबलीस?'' अरविंदने गाडीतून विचारले. ''मला पाणी आणि एक केळं हवंय.'' मी कशीबशी बोलले.

फळ खाऊन आणि पुरेसे पाणी पिऊन झाल्यावर मी आपल्या आयपॉडचा आवाज वाढवला आणि परत चालायला सुरुवात केली, पण अजूनही

डोळ्यांवर झापड येतच होती. आणि १५ किमीच्या खुणेपाशी मी चक्कर येऊन पडले.

अनंत माझी ध्येयासक्ती

१०

शरमेची बाब

मी डोळे उघडले. अरविंद माझ्या चेहऱ्यावर पाणी शिंपडत होता.

माझ्या पायांमधून ओलसर काही तरी ओघळत होते. तो घाम नव्हता. ते रक्त होते. मी तिथेच पार संपले होते.

अरविंदने मला घट्ट धरून ठेवले. ''उगी रहा बाळा. नीट स्वच्छ हो आणि आराम कर.'' त्याने माझ्यासाठी गाडीतून टॉवेल आणला. कोणी माझ्याकडे बघत तर नाही ना याची जरासुद्धा पर्वा न करता मूकपणे रडत मी भररस्त्यात स्वतःला साफ केले.

सगळे काही ठीक आहे, असे अरविंद मला सतत खात्रीपूर्वक सांगत होता, पण तसे नव्हते.

आपण हरतोय हे मला कळून चुकले होते आणि त्याचा मला तिरस्कार वाटत होता. आपली पाळी सुरू होणार आहे हे माझ्या लक्षातच आले नव्हते ही किती शरमेची गोष्ट होती! पळण्याच्या

दुसऱ्याच दिवशी ती सुरू होईल असे माझ्या डोक्यातही नव्हते. पळण्यात मी एवढी गुंगले होते की शरीर देत असलेल्या सूचना मी ऐकल्याच नव्हत्या.

पण मला वेळ वाया घालवून चालणार नव्हते. मी कसेबसे स्वतःला सावरले आणि कुठे आडोसा मिळू शकेल का हे पाहायचा प्रयत्न केला. तिथे रस्ता आणि ट्रक सोडून बाकी काहीही नव्हते. तशीच रडत मी अरविंदचाच आडोसा म्हणून वापर केला आणि कपडे बदलले.

निसर्गाशी उडालेली ती माझी पहिली चकमक होती. माझ्याकडे अनावश्यक लक्ष वेधले गेले, पण त्याला काही पर्याय नव्हता. अत्यंत खासगी काही तरी करताना आपण लोकांना दिसत आहोत या विचाराने मी ओशाळले होते.

अत्यंत घायाळ मनाने मी ड्रायव्हरला मला परत हॉटेलवर सोडण्यास सांगितले. अरविंदने राज आणि अपूर्बला फोन करून माझ्या बदललेल्या बेताची कल्पना दिली.

आम्ही ताबडतोब हॉटेलवर पोहोचलो आणि मी बाथरूमकडे धाव घेतली, स्वच्छ अंघोळ केली आणि त्या भयंकर प्रसंगाच्या खुणा माझ्या शरीरावरून आणि मनातूनही पुसून टाकायचा प्रयत्न केला. परत रस्त्यावर उतरण्यासाठी पुरेसे अवसान गोळा करण्याचा मी प्रयत्न केला.

कपडे बदलल्यानंतर मी पूर्ववत झाले. पळण्याकरता माझे पाय शिवशिवायला लागले. पण माझा नवरा काहीही ऐकून घेईना.

तंदुरुस्तीचा तज्ज्ञ असलेल्या राजने शरीरातील पाण्याची पातळी वाढविणारी पेये आणि ग्लुकोज मला तोंडावाटे देत राहण्याचा सल्ला अरविंदला दिला होता. मला ओआरएसच्या चवीचा अगदी तिटकारा आहे, पण अरविंदच्या हुकुमानुसार मी ओआरएसचे तीन ग्लास आणि एक सँडविच घेऊन झोपून गेले.

त्या दिवशी मी माझा पहिला आणि अतिशय महत्त्वाचा धडा शिकले— कायम आपल्या शरीराचे ऐकले पाहिजे.

मी सकाळी १० वाजता उठले. आपल्याकडे फार थोडा वेळ शिल्लक राहिला

आहे याची मला जाणीव झाली. मी भरभर तयार होत असताना, 'आजचा दिवस सुट्टी घे' अशा विनवण्या अरविंद करत होता. तो फारच हळवा झाला होता. पण मला पळायचेच होते आणि गमावलेला वेळ भरून काढायचा होता. शिवाय ह्या शर्यतीत दुखापत किंवा गैरसोय यापैकी कशालाच थारा नव्हता.

आमच्या चर्चेचे रूपांतर कडवट आणि तापट बोलाचालीत झाले. ''मी काय करतेय हे मला स्पष्टपणे माहीतेय!'' मी कडाडले, ''अरविंद, मी एक बाई आहे. आणि लोकांची अशीच अपेक्षा आहे की मी हार मानून सोडून द्यावं. मी आत्ता जे भोगतेय त्यातून प्रत्येक बाईला जावं लागतं. आणि तू हे लक्षात घेतलंस तर बरं होईल, की मला नुसतं भाग घेण्याबद्दल उत्तेजनार्थ बक्षीस घेऊन घरी जायचं नाहीये. मला ह्या पुरुषांच्या खांद्याला खांदा लावून शेवटपर्यंत पळायचंय. मला आज पळायलाच पाहिजे.''

मी अरविंदच्या नजरेला नजर मिळविली. त्याची सहमती मला त्याच्या नजरेतूनच दिसली.

११

भरून न येणारी जखम

त्या दिवसातील उरलेले अंतर पळायचे दडपण माझ्यावर वाढत गेले. दुपारी जेवणाच्या सुमारास मी इतर पळणाऱ्यांना भेटले तेव्हा त्यांचा सकाळचा ५० किमीचा वाटा पूर्ण झाला होता आणि संध्याकाळी अजून ५-१० किमी पळून त्यात भर टाकायचा त्यांचा बेत होता.

त्यांनी माझी चौकशी केली तेव्हा मी अगदी धीराने उत्तरे दिली खरी, पण त्यांनी १०० किमी पार केले आहेत आणि माझे फक्त ७५ च झाले आहेत, या विचाराने मला काळजी वाटत होती.

मात्र, सकाळच्या विश्रांतीमुळे मला ताजेतवाने वाटत असल्याने त्या दिवशी दुपारी मी अजून २५ किमी पळाले. आता मी ११ किमीने मागे होते. मी ही चिंता राजजवळ बोलून दाखविली.

''सॉरी, मी तुमची फारच पंचाईत केली.'' मी त्याला म्हणाले, ''असं काही होईल असं मला वाटलंच नाही. मी मनाने खंबीर

आहे पण माझं शरीर कमकुवत झालंय. मला अजून जास्त पळायचं होतं, पण मी पळूच शकले नाही.''

राजने माझी समजूत काढली, ''तू असा विचार करून बघ– तुला पुढचे ११ दिवस रोज आम्हा सगळ्यांपेक्षा फक्त १ किमी जास्त पळावं लागेल. ही काही फार मोठी गोष्ट नाहीये. पण आज तू अस्सल खिलाडूवृत्ती दाखवलीस. एक लक्षात ठेव, मागे पडायला ही काही स्पर्धा नव्हे. तुला एवढं ठरलेलं अंतर पूर्ण करायचंय आणि त्यासाठी तुझ्याकडे अजून अठ्ठावीस दिवस आहेत.''

त्याने माझ्याबद्दल एवढे चांगले बोलावे याचा मला फार आनंद झाला. पण मिलिंदने जेव्हा मला सेलफोनवर फोन केला तेव्हा मात्र मी लगेच बचावात्मक पवित्रा घेतला. मला वाटले की मी ही शर्यत सोडावी म्हणून त्याने फोन केला आहे. त्याने मात्र ते हसण्यावारी नेले. तू दोन दिवसांमध्ये १०२ किमी पार केलंयस, जे दिवसाला आवश्यक सरासरीपेक्षा २ किमीने जास्त आहे. याचा अर्थ तू फारच उत्तम कामगिरी केली आहेस.'' तो मला उत्तेजन देत म्हणाला. ''मला तुझ्या कामगिरीबद्दल शंका असत्या तर मी मुळात तुला पळण्यासाठी बोलावलंच नसतं.''

आत्मविश्वासाने आणि आनंदाने तरंगतच मी खोलीत गेले. तिथे अरविंद माझी वाटच पाहत होता. त्याच्या चेहऱ्यावर चिंता स्पष्ट दिसत होती.

''ही तर फक्त सुरुवात आहे. तू जरा काळजी घ्यायला पाहिजेस.''

''मी अगदी छान आहे– खरंच.'' मी त्याला दिलासा देत म्हटले. पण सगळ्या गोष्टी काही पूर्णपणे माझ्या हातात नव्हत्या. आजचा दिवस जर वाईट असेल पुढे गोष्टी अधिकच बिघडणार होत्या.

दिवस तिसरा

मला पहाटे २.३० वाजता जाग आली. पळण्याच्या दिवसातल्या परिपाठाप्रमाणे मी कपड्यांचे घर्षण कमी व्हावे म्हणून सबंध शरीरावर पेट्रोलियम जेली लावायला सुरुवात केली. आणि तेव्हाच माझे स्तनावरील दुखऱ्या जखमेकडे लक्ष गेले.

आमच्या मदतनीस डॉक्टरला फोन करून मी थोडा कापूस आणि मलमपट्टी मिळेल का असे विचारले, तेव्हा आपण असे काहीच बरोबर आणले नसल्याचे त्याने सांगितले.

मॅरेथॉनसाठी खास नेमणूक केलेला डॉक्टर असूनही अशा प्रकारच्या उपक्रमांसाठी आवश्यक ती सामग्री त्याच्याकडे नसणे ही फारच धक्कादायक बाब होती. त्याच्या त्या तथाकथित किटमध्ये साधे बँड-एडदेखील नव्हते. रस्त्यावर पळताना मलमपट्टी इत्यादींसाठी लागणाऱ्या सर्व गोष्टी डॉक्टर घेऊन येईलच, असे गृहीत धरून चालल्यामुळे एकाही धावपटूने स्वतःची औषधांची पेटी आणली नव्हती.

ह्यावरून खूप मोठा गदारोळ झाला. मुळात असा डॉक्टर आपल्या संघात काय करीत आहे यावरून आम्ही आवाज उठवला. नशिबाने हॉटेलमधील कर्मचारीवर्ग डॉक्टरपेक्षा जास्त तयारीत होता. मी त्यांच्याकडून साधी पट्टी आणि कापूस घेऊन माझ्या जखमेवर मलमपट्टी केली. यामुळे जखम जास्त चिघळणार नाही असे मला तेव्हा वाटले. पण नंतर ही माझी फार मोठी चूक ठरणार होती.

आमच्या नेहमीच्या शिरस्त्याप्रमाणे चहा, केळे आणि बिस्किटे घेत त्या दिवसाच्या आराखड्याबद्दल थोडक्यात बोलणे झाले. त्यानंतर पायाखालच्या जमिनीवर ओठ टेकवून, माझे रक्षण करणाऱ्या सर्व महात्म्यांना वंदन करून आणि माझ्या मागावर राहणाऱ्या गाडीत बसलेल्या अरविंदकडे बघत हात हलवून मी सुरुवात केली. इतर सर्व पळणारे नजरेच्या टप्प्यात होते. सूर्योदय होत होता आणि पावसाची भुरभुर चालू झाली होती.

पावसात पळणे मला भयंकर प्रिय आहे. भारतातल्या उन्हाळ्याचा विचार करता आत्ताची परिस्थिती पळण्यासाठी स्वप्नवतच होती. ऐकायला अजब वाटेल पण मी तोवर इंद्रधनुष्य कधीच पाहिले नव्हते. पण तेव्हा मला ते प्रथम दिसले. हे इंद्रधनुष्य अतिशय भव्य आणि जवळजवळ अर्धगोलाकार होते.

मी अरविंदला हाक मारून ते दाखविले. हा एक शुभशकुन आहे हे आम्हाला दोघांनाही माहीत होते. आत्ता मला त्याची नितांत गरज होती. त्या दिवशी मी ४५ किमी पळाले आणि शिवाय पुढचे ५ किमी चालले.

नंतर आम्ही महामार्गावरून बाजूला होऊन एका लहानशा गावात गेलो. माझ्या तथाकथित पुरुषी पेहरावामुळे मी बरेच लक्ष वेधून घेतले. राजस्थानमधील एका लहानशा कोपऱ्यात माझ्या वागण्यामुळे आणि दिसण्यामुळे बरीच खळबळ माजली आहे हे माझ्या लक्षात आले.

पर्यटकांना सर्वांत जास्त आकर्षित करणारे राजस्थान राज्य पहिल्यापासूनच पुराणमतवादी म्हणून ओळखले जाते. सुंदर महाल आणि किल्ल्यांव्यतिरिक्त तेथे अजून एक गोष्ट प्रकर्षाने जाणवते, ती म्हणजे महामार्गांवर आणि गावांमध्येसुद्धा बायका क्वचितच दृष्टीस पडतात. आणि दिसल्या तरी घागरा घालून, डोके आणि चेहरा ओढणीत लपविलेला असतो. पडदा पद्धत आणि स्त्रीभ्रूणहत्या राजस्थानात अजूनही अस्तित्वात आहेत. येथे आताआतापर्यंत सती जाण्याच्या चालीचे समर्थन केले जात होते. ज्या राज्यात मुलीचा जन्म होणे हा एक शाप समजला जातो ते राज्य ओलांडून मी पळत होते.

आमच्या गटातील इतर लोक व्यग्र असताना मी त्या गावातील बायकांशी गप्पा मारून घेतल्या. एक विवाहित स्त्री पळू शकते आणि अशा प्रकारचे कपडे घालू शकते हे ऐकूनच त्यांना धक्का बसला.

पुरुषांचाही गोंधळच उडाला होता. मी भारतीय आहे का परदेशी आहे याबद्दल चाललेली त्यांची आपापसातील चर्चा मला ऐकू येत होती. शेवटी मी ज्याअर्थी शॉर्ट्स घातल्या आहेत त्याअर्थी मी कोणी परदेशी असणार यावर साधारण एकमत झाले. मला दुःखही होत होते आणि आनंदही. त्यांच्या अज्ञानाबद्दल दुःख वाटत होते, तर त्यांच्या मनात ठामपणे रुतून बसलेल्या स्त्री-पुरुषांच्या साचेबंद प्रतिमेला माझ्याकडून धक्का लागला म्हणून आनंदही होत होता.

फक्त क्रिकेटलाच डोक्यावर घेणाऱ्या आपल्या देशात इतर खेळांची अवस्था दयनीय आहे. स्त्रियांसाठी तर ती अधिकच बिकट आहे. मी काही व्यावसायिक धावपटू नव्हे, पण व्यावसायिक स्त्री धावपटूंना काय हालअपेष्टा भोगाव्या लागत असतील ते कळल्यावर मला मिळणाऱ्या प्रतिक्रियांचे आश्चर्य वाटेनासे झाले.

हॉटेलमध्ये परत जाताना मी विचारमग्नच होते. तेथे गेल्यावर एक वाईट बातमी माझी वाट बघत होती.

डॉक्टरांनी सांगितले, की त्यांना जखमेवर बांधायची पट्टी कोठेच मिळाली नाही आणि जयपूर येईपर्यंत त्याची वाट बघावी लागेल. मी एक सुस्कारा सोडून आपल्या खोलीत निघून गेले, पण त्यापूर्वी मी थोडेफार बँड-एड मिळविण्यात यशस्वी झाले. त्या क्षणी मला ते लुई व्हिटनच्या पर्सपेक्षाही जास्त हवेहवेसे वाटत होते.

मी अंघोळीला गेले आणि माझ्या स्तनांवरील पट्टी काढायचा प्रयत्न केला. हे साधेसे काम मला वाटले होते त्यापेक्षा जास्त वेदनादायी होते. आणि त्यामुळे मी त्या पट्ट्या तशाच राहू दिल्या.

संध्याकाळी आम्ही अजून थोडे पळालो. पण, रस्त्यावरची धूळ वाढत होती. शेवटी १० किमी पळाल्यानंतर आम्ही थांबलो. मी बाथरूमकडे धाव घेतली आणि पुन्हा पट्ट्या काढायचा प्रयत्न केला. ते अजूनच जास्त दुखू लागले. मी पट्ट्या ओल्या करून, सावकाश ओढत शेवटी एकदम जोरात हिसका देऊन काढायचा प्रयत्न केला. मला जोरात ओरडावेसे वाटत होते, पण नवऱ्याला घाबरवायचे नव्हते. मी तोंडात टॉवेल कोंबला आणि दातओठ खाऊन त्या पट्ट्या ओढून काढल्या. एकामागून एक वेदना होत होत्या.

आता जखमा इतक्या मोठ्या झाल्या होत्या की त्यावर बँड-एड लावणे शक्य नव्हते. कशाबशा मी त्या स्वच्छ केल्या, त्यांवर भरपूर तेल ओतले आणि चेहऱ्यावर हसू चिकटवून बाहेर आले.

अरविंद निघायची तयारी करत होता आणि मी मात्र कसेही करून त्याला थांबवायचे उपाय शोधत होते. जयपूरला पोहोचेपर्यंत आपल्या जखमा अजूनच चिघळणार हे मला माहीत होते. आपली काळजी घ्यायला त्याने आसपास असावे असे मला वाटत होते.

हॉटेलच्या हिरवळीवर रात्रीचे जेवण लावले होते आणि एकूण सगळे आनंदी मनःस्थितीत होते; पण मी अस्वस्थ होते, आणि अरविंदच्या ते लक्षात आले. तसेच आमचे मदतनीस वेगळ्या टेबलवर, पळणाऱ्या लोकांपासून लांब बसलेलेही आमच्या सर्वांच्या लक्षात आले. एकत्र जेवण्याने, हसण्याखेळण्याने एकमेकांत चांगला समन्वय निर्माण होतो. पण त्यांना तसे वाटत होते असे दिसले नाही.

दिवस चौथा

रात्रीचा १ वाजला होता. अरविंद सामान वगैरे भरून मुंबईला जायला निघाला होता. आम्ही आत्ता जयपूरपासून १०० किमी लांब होतो, पण आजच्या दिवसात जयपूरला पोहोचायचा आमचा बेत होता. विमानतळावर जाण्यासाठी अरविंदने कॅब बोलावली. त्याने माझ्या कपाळावर ओठ टेकले. मला रडू यायला लागले. ''तू अजून एक दिवस का नाही थांबू शकत? तुला माहीतेय ना मला बरं नाहीये. मला तुझी आत्ता खूप गरज आहे. तुझ्याशिवाय मला काही करताच येणार नाही. प्लीज– हात पसरते तुझ्यापुढे! माझ्या खराब तब्येतीबद्दल सॉरी. मी परत नाही आजारी पडणार. प्लीज थांब ना.'' मी एखाद्या लहान मुलीसारखी हुंदके देत होते.

अरविंदने मला घट्ट मिठी मारली आणि माझी समजूत काढत तो म्हणाला, ''मी नाही थांबू शकत गं. मला कामावर गेलंच पाहिजे. माझ्यावर काही जबाबदाऱ्या आहेत आणि त्या टाळता नाही येणार. आपल्यापैकी एकाची तरी नोकरी स्थिर असली पाहिजे. तुला हे जमणार आहे हे मला माहीतेय ही, पण तू स्वतःच्या तब्येतीची काळजी घेत नाहीस म्हणून मी तुझ्यावर चिडतो.''

''तुला काय वाटतं, मला आजारी पडायला आवडतं?''

''सॉरी, मला माहीतेय ह्यात तुझी काहीच चूक नाही. पण तू आजारी आहेस आणि उन्हात एकटीच पळतेयस हे बघून माझा जीव तुटतो. मला वेड लागणार आहे ह्या काळजीने!'' अरविंद आपल्या डोळ्यांतील वेदना लपवू शकत नव्हता.

''जर तुला माहीतेय की मी एकटी पळतेय, तर तू माझ्याबरोबर थांबायला नको? मी तुझ्याशिवाय नाही करू शकत हे काही.''

''तुला असं दुखत असताना सोडून जाताना मला खूप त्रास होतोय. प्रत्येकालाच आपापली लढाई लढायची आहे आणि पळायचं आहे हे मला कळतं. पण तुला होणारा त्रास मात्र मला जाणवतो. काळजी घे स्वतःची. आपण अजमेरला भेटू. मला कामातून सुट्टी नाही घेता येणार. आपल्यापैकी एकाला तरी पोटासाठी कमावलंच पाहिजे.''

मी हट्टीपणा करत होते हे माझ्या लक्षात आले. ह्या कार्यक्रमात पळून मी माझ्या व्यावसायिक आयुष्याच्या दृष्टीने फार मोठा धोका पत्करला होता. अरविंदला व्यवहार बघणे भाग होते. ''मी परत हाय खायच्या आत जा,'' असं म्हणून मी एक सुस्कारा सोडून त्याला निरोपाचे चुंबन दिले.

१२

नको नको रे राक्षसा!

अरविंद मला रिकाम्या खोलीत सोडून निघून गेला. आता माझ्या सोबतीला फक्त माझे विचार होते.

मी स्वतःला आरशात पाहिले.

मला स्वतःच्या ठिकाणी एक मुलगी, एक कन्या आणि एक पत्नी दिसत होती. आपल्या आई-वडिलांच्या आशीर्वादाने अफाट आव्हानाला सामोरी जाणारी एक कन्या! तिने स्वतःच्याच मर्यादांना आव्हान दिल्यानंतर भक्कमपणे पाठीशी उभ्या राहिलेल्या नवऱ्याची पत्नी आणि अनिश्चितता व एकटेपणा यांच्या विळख्यात एकटीच सापडलेली एक मुलगी.

खंबीर रहा, पुढे जात रहा, असे आपल्याशी म्हणतच मी कपडे बदलले, जखमांवर पट्ट्या लावल्या, सामान भरले आणि हॉटेल सोडले.

पहाटे ३ ची वेळ पळण्यासाठी फारच लवकरची होती. जेव्हा मी

मदतनीसांच्या प्रमुखाला फोन करून माझा मनसुबा सांगितला तेव्हा तो अवाकच झाला.

''एवढ्या अंधाराचं हायवेवर आणि तेही एकट्या बाईने पळणं बरोबर नाही. बाकीचे जेव्हा पळायला सुरुवात करतील तेव्हाच आम्ही तुम्हाला पळायची परवानगी देऊ.'' त्याने निर्णायकपणे सांगितले.

मी हार मानायला तयार नव्हते. ''तुमच्या लक्षात येत नाहीये मी काय म्हणतेय ते. मी मागे पडले आहे आणि मला ते अंतर भरून काढायला हवंय. मी ह्या पुरुषांपेक्षा फक्त एक तास आधी पळायला सुरुवात करतेय. शिवाय माझ्या मागावर तुमचं मदतीचं वाहन अणि तुमचे लोक असणारच आहेत. म्हणजे तशी काही मी एकटी नाहीये.''

''सॉरी, पण आम्ही तुम्हाला आत्ता पळू देऊ शकत नाही.''

''मी जर ३ किमी पुढे जाऊन ३ किमी परत मागे आले तर चालेल का? चालेल का?''

तो थोडा वेळ गप्प बसला. मग म्हणाला, ''मी जरा विचार करतो आणि कोणी मदतनीस आत्ता बाहेर पडायला तयार आहे का तेही बघतो.''

थोड्या वेळाने त्याने फोन करून सांगितले, की मी पळायला हरकत नाही.

मी ३ किमी पळाले आणि सुरुवातीच्या ठिकाणी परत आले. मागे पडलेल्या ११ किमी पैकी ६ किमी भरून काढल्याने मला जरा शांत वाटले.

हॉटेलमध्ये आल्यावर निघून आलेल्या आपल्या अंगठ्याच्या नखाला मलमपट्टी करताना मला मिलिंद दिसला. माझे लक्ष इतरांकडे गेले. आमच्यापैकी प्रत्येकजण कोणत्या ना कोणत्या दुखापतीवर उपचार करत होता. ती युद्धभूमी होती. प्रत्येकजण वेदना होत असूनही शूरपणे टिकून राहिला होता.

मी इतरांबरोबर सुरुवात करून चांगला वेग पकडला. पण जसजसा सूर्य वर येऊ लागला तसतशी वाहनांची वर्दळ आणि प्रदूषण वाढले.

मला श्वास घ्यायला त्रास होऊ लागला होता. सारख्या शिंका येत होत्या आणि प्रत्येक श्वासाबरोबर घरघर ऐकू येत होती.

लहानपणापासून मला ज्याने छळले होते तो परत आला होता, आणि मी आता फार काळ ते नाकारू शकत नव्हते.

आपल्या नशिबाला दोष देत आणि दम्याची उबळ चार हात लांब ठेवायची धडपड करत, कोणतेही औषध न घेता मी शक्य तितके अंतर पळायचा प्रयत्न केला; पण माझे शरीर आणि फुफ्फुसे हार मानू लागली आहेत हे मला जाणवत होते. ३० किमीनंतर मला अजिबात श्वास घेता येईना. मी चालून पहिले, पळून पाहिले; पण मला काहीच करता येईना. गाडीतून इनहेलर घेऊन मी त्यातून थोडे श्वास घेतले आणि परत पळायचा प्रयत्न केला; पण जेमतेम ५०० मीटर गेल्यानंतर मी बेदम खोकू लागले आणि परत इनहेलर घ्यायला थांबले.

माझ्या गटातल्या लोकांनी मला कधीच मागे टाकले होते. मी एक हातरुमाल नाकातोंडावर बांधला आणि पळायला सुरुवात केली.

ही दौड संपवणे कठीण होणार ह्याची मला जाणीव झाली. आता लढाई नुसतीच जखमांबरोबर नव्हती तर त्याहीपेक्षा अधिक वाईटाशी होती.

❖❖❖

१३

ससा आणि कासव

३५ किमीच्या खुणेपाशी मला इतर धावपटू विश्रांतीसाठी थांबून हलकासा फराळ करताना दिसले. मिलिंद आणि राजने मला हात केला आणि थोडे थांबून मीदेखील खाऊन घ्यावे म्हणून ते माझ्या नावाने हाका मारू लागले. पण मला थोडासुद्धा वेळ वाया घालवून चालणार नव्हते. माझा श्वास न् श्वास जितका जड होत होता तितकाच मोलाचा होता. आपल्याला अजून १५ किमी पळालेच पाहिजे, एवढेच मला माहीत होते. त्या दिवशीचा शेवटचा हॉटेलपर्यंतचा टप्पा बहुधा माझ्या आयुष्यातील सर्वांत कठीण टप्पा असेल. मी चालत होते, पळत होते, दर ३-४ किमीनंतर इनहेलर वापरत होते, पण तरीही पुढे जात राहिले होते. माझा वेग कमी होता, पण दिवसातील ठरलेले अंतर संपल्याशिवाय आपण थांबू शकत नाही हे मला कळून चुकले होते.

५० किमीचा टप्पा पार केल्यानंतर मी रस्त्यावर कोसळले आणि

तिथेच पडून राहिले. मी प्रचंड दमले होते. स्वच्छता वगैरे तर फार लांबच्या गोष्टी होत्या.

माझ्या मदतनीसांची गाडी माझ्या पुढे जाऊन थांबली आणि त्यांच्यापैकी एकजण धावतच माझ्याकडे आला.

''तुम्ही ठीक आहात ना? हे सगळं सरळ सोडून देऊन आराम का नाही करत तुम्ही?''

धाप लागलेली असूनही मी हसले आणि कशीबशी म्हणाले, ''कारण प्रत्येकाची तशीच अपेक्षा आहे म्हणून. मी अजिबात मागे फिरणार नाही.'' मनातल्या मनात मी स्वतःला त्या गोष्टीतले कासव समजत होते. हळूहळू का होईना पण न थांबता पुढे चालत राहून शेवटी सशाला मागे टाकून शर्यत जिंकणारे कासव.

मी अखेर हॉटेलवर पोहोचले. समाधान वाटत असूनही मी पूर्णपणे संपले होते. दिवसभराच्या कार्यक्रमातून मी बाकीच्यांची रजा घेतली आणि नेब्युलायझेशनची मात्रा घेण्यासाठी माझ्या खोलीकडे धाव घेतली. इनहेलर वापरण्याची वेळ कधीच निघून गेली होती.

एरवी नेब्युलायझरचा चांगला परिणाम दिसून येतो. पण आज मात्र एक ना दोन. माझी सर्वांत मोठी भीती हळूहळू खरी ठरत होती. दम्याचा मोठा ॲटॅक येऊ घातल्याची मला जाणीव झाली. उरलेल्या अंतराची मला काळजी वाटू लागली. अजून काय व्हायचे राहिले होते? मला आश्चर्य वाटले. माझ्या शरीराने जणू असहकार पुकारला होता. पाळी, दमा, फोड, पेटके... आणि अजून सव्वीस दिवस बाकी होते.

मी ताबडतोब माझ्या योजनेत फेरफार केले... दमा आटोक्यात असेल तेव्हा पळायचे आणि इतरांच्या एक तास आधी सुरुवात करायची. रोज अशी सुरुवात केल्याने दिवसाच्या शेवटी आपण निश्चितपणे इतरांच्या बरोबरीला येऊ, असा हिशोब मी केला.

मला जरा बरे वाटले. डुलकी लागतच होती, तेवढ्यात माझ्या लक्षात आले की आपले नवऱ्याशी काही बोलणे झाले नाहीये. दिवसातून एकदा तरी

एकमेकांशी बोलायचे असे आम्ही ठरविले होते.

मी अरविंदचा मेसेज पाहिला. तो ऑफिसला पोहोचला होता. त्याच्याशी कधी एकदा बोलते असे मला झाले होते, पण त्याला फोन करायची मला भीती वाटत होती. मला दम्याचा अॅटॅक येऊन गेल्याचे त्याला लगेच कळले असते. तो गेला तेव्हाच खूप काळजीत होता आणि मला त्याच्या अस्वस्थतेत भर टाकायची नव्हती. पण मी जर त्याला फोन केला नसता तर त्याने इतर धावपटूंना फोन करून माझी चौकशी केली असती.

शेवटी मी थोडक्यात आटपायचे ठरविले. ''आजचं पळणं चांगलं झालं, पण आता मी जरा झोपते.'' मी म्हणाले. त्याने फार खोलात जाऊन काही विचारले नाही. त्याने असा संयम दाखविल्याबद्दल मला फार कृतज्ञ वाटले. कारण त्या क्षणी मला अजिबात सहानुभूती नको होती. मला फक्त विश्वासाची गरज होती. पण आपल्याला दम्याचा अॅटॅक आल्याचे त्याला कळले आहे हे मात्र मला समजून चुकले.

झोपायचा व्यर्थ प्रयत्न करत असताना मला परत अॅटॅक आला आणि मी नेब्युलायझेशनची अजून एक मात्रा घेतली. राजने माझी विचारपूस करायला फोन केला. ''कसं वाटतंय तुला? तुला बरं वाटत नाहीये हे सांगायला अरविंदचा फोन आला होता. त्याने मला तुझी काळजी घ्यायला सांगितलंय. तू मला मुलीसारखी आहेस. तेव्हा काही लागलं तर नक्की मला फोन कर, ठीक आहे?'' आश्वासक आवाजात तो म्हणाला.

नेब्युलायझर लावला असल्याने मी नीट बोलू शकत नव्हते. घोगऱ्या आवाजात मी उत्तर दिले, ''मला काही होणार नाही. काळजी करू नकोस. संध्याकाळी आपण कधी निघतोय?''

राजच्या आवाजात चिंता दिसत होती, ''तू प्लीज संध्याकाळी आराम कर. पळायला येऊ नकोस. डॉक्टरला बोलावू का?''

मी चटकन उत्तर दिले, ''काहीही झालं तरी मी संध्याकाळी पळणार आहे. याआधी एकदा माझं पळणं बुडलंच आहे. आता जर परत मी ते चुकवलं तर दरवेळेस अशी काही अवघड परिस्थिती आली की मला बुडवावंसं वाटेल.''

ह्यावर राज थोडा शांत झाल्यासारखा वाटला आणि म्हणाला, ''मला तुझी ही जिद्द फार आवडते. खाली येतेस का? आपण एकत्रच जेवण आणि चहा घेऊ या.''

ह्या सगळ्यात माझ्यामुळे भरडल्या जाणाऱ्या माझ्या शरीरावर काय परिणाम झाला होता?

तर माझी पाळी नेहेमी पेक्षा लांबली होती आणि मला खूप अशक्त वाटत होते. पायांच्या बोटांना फोड येऊन नखे काळी पडली होती. छातीची दुर्दशा झाली होती आणि पुरळ पसरत चालले होते. आधीच्या जखमा काळ्यानिळ्या पडल्या होत्या. पण स्वतःबद्दल वाईट वाटून घ्यायला मला फुरसत नव्हती. ताबडतोब काही तरी हालचाल करणे आवश्यक होते.

मी सगळे फोड फोडून पाय गार पाण्यात बुडविले. मदतनीस लोकांनी जे काही जंतुनाशक मलम दिले ते त्याच्यावर लावले आणि तयार झाले.

जयपूर मात्र अजून एक दिवसावर होते आणि मला छाती भरून येण्याची भीती वाटत होती.

राज आणि अपूर्बला मी त्यांच्या खोलीत भेटायला गेले. सगळेच धावपटू फार दमले होते आणि खाली रेस्टॉरंटमध्ये जेवायला जाण्याची कोणातच ताकद नव्हती. राजलादेखील खूप वेदना होत होत्या. त्याच्या दुखावलेल्या उजव्या पायाला तो मलम लावत होता. अपूर्बला माझ्याबद्दल राजकडून कळले होते आणि माझी काळजी वाटत होती. अजूनही माझ्या श्वासाबरोबर थोडी घरघर ऐकू येत होती. या दोघांनी मला विश्रांती घेण्यासाठी आग्रह केला, पण मी त्यांचे काहीएक ऐकले नाही.

त्या वेळेस माझी अपूर्बशी नीट ओळख झाली. त्याची साधीशी पार्श्वभूमी, नैराश्य आणि आर्थिक अडचणी यांच्याशी त्याने केलेला सामना आणि पळायला लागल्यामुळे त्याला मिळालेली एक प्रकारची मुक्ती याबद्दल तो बोलला.

त्या दिवशीपासून आमच्यात सौहार्दाचे नाते निर्माण झाले. काळजी घेणारी दोन वडीलधारी माणसे मला मिळाली. इथून पुढे शेवटपर्यंत आम्ही आमच्या

जेवणाबरोबरच आमच्या कहाण्याही वाटून घेतल्या. इतर पळणारे दोघे म्हणजे महेश आणि सज्जन हे बहुतेक वेळा एकत्र असत. आणि शर्यतीच्या शेवटच्या काही दिवसांत महेशने मिलिंदबरोबरच जास्त वेळ घालविणे पसंत केले. आपले ज्यांच्याशी चांगले जमते त्यांच्याबरोबर राहण्याचा आम्हा सर्वांचाच कल हळूहळू दिसत होता. तरीही दिवसातून एक तरी जेवण सर्व धावपटू एकत्र घेतील याची मिलिंद दक्षता घेत होता.

संध्याकाळी मला बरेच बरे वाटत होते आणि खबरदारी म्हणून मी नेब्युलायझेशनची एक मात्रा पळायच्या आधीच घेऊन ठेवली होती. प्रदूषित हवेत श्वास घ्यायला मदत व्हावी म्हणून मी हातरुमाल ओला करून तोंडावर बांधावा असे राजने सुचविले.

ह्या उपायाने मला खूपच मदत झाली; पण तेव्हाच मला जाणवले, की स्वच्छ हवा असणे ही भारतात किती महत्त्वाची गोष्ट आहे. आता आमच्या पर्यावरण संवर्धनाच्या हेतूसाठी मला अधिकच जिवावर उदार होऊन पळावेसे वाटत होते. मात्र, अति करायचे नाही असे मी ठरविले आणि संध्याकाळचे पळणे एकसारखा वेग ठेवून पूर्ण केले.

संध्याकाळचे पळणे झाल्यानंतर मी एका स्त्री मदतनीसाला माझे स्तन तपासण्याची विनंती केली. माझ्या जखमांचे एकूण प्रमाण बघून ती वेडीच झाली.

१४

आरोग्यं धनसंपदा!

त्या बाईला तपासायला सांगून मी फारच मोठी चूक केली होती. काय वाट्टेल ते झाले तरी मला पळू द्यायचे नाही असेच तिने ठरविलेले दिसत होते.

ती म्हणाली, ''सुमेधा, तू ताबडतोब पळणं थांबव. तुझ्या ह्या अवस्थेत आपल्याला इतका मोठा धोका पत्करता येणार नाही.''

मी रागाला आवर घालत शांतपणे तिला सांगितले, ''आपण उद्या जयपूरमध्ये पोहोचल्यावर हॉस्पिटलमध्ये जाऊन दाखवू आणि मग डॉक्टरांनाच ठरवू दे काय करायचं ते. मी आता खूप दमलेय आणि मला झोप येतेय.''

तिला उडवून लावत मी आपल्या खोलीत निघून गेले.

मी आपल्या अवस्थेचा विचार करत खोलीत पडून राहिले. माझे मन अधिकाधिक खंबीर होत होते पण शरीर मात्र दुबळे होत

चालले होते. आपली भूक कमी झाली आहे हे सरळच दिसत होते. फक्त चहा–बिस्किटे खाऊन मला काहीही उपयोग नव्हता. अपूर्ब, महेश आणि सज्जन हे बाकीचे पळणारे लोक भात, डाळी आणि केळ्याचे मिल्कशेक यांचा अक्षरशः अधाशासारखा फन्ना उडवत होते. कदाचित म्हणूनच त्यांना फारसा काही त्रास झाला नव्हता.

उठून मी थोडासा डाळभात मागविला आणि तो संपविल्यावर मला बरेच बरे वाटले. आपल्या खाण्यापिण्याची व्यवस्थित काळजी घ्यायची असे मी ठरविले आणि कितीही दमायला झाले असले तरी खायचेच असे ठरविले. ह्या निर्णयामुळे त्या तसल्या अवस्थेतही टिकून राहायला मला फार मदत झाली असे आता मागे वळून बघताना जाणवते.

माझे स्तन रात्रभर दुखत होते. मी नेब्युलायझेशनची अजून एक मात्रा घेतली, पण ती रात्रही मी झोपेशिवाय तळमळतच घालवली.

दिवस पाचवा

दुसऱ्या दिवशी सकाळी माझे स्तन अजूनच जास्त दुखू लागले. पळण्यासाठी तयार व्हायला म्हणून मी बाथरूममध्ये गेले आणि नीट बघितले. टीशर्टवर रक्ताचे डाग होते.

मी तो काढला. स्तनांना पूर्णपणे संसर्ग झालेला दिसत होता. स्तनाग्रांवर सर्वत्र जखमा होत्या आणि त्यातून रक्त येत होते.

माझा रंग रापला होता. डोळ्यांखाली काळी वर्तुळे होती. अजून वजन कमी झाले नव्हते पण पूर्वीपेक्षा मला बरेच हलके वाटत होते. पायांची नखे एक तर काळी पडली होती नाही तर निघून आली होती. पायांवर आणि घोट्यांवर फोड होते.

मी हॉटेलच्या स्वागतकक्षातून प्रथमोपचार पेटी मागविली आणि जमेल तशी मलमपट्टी केली. स्तनांवर जंतुनाशक लावताना अक्षरशः नरकयातना होत होत्या. रडत, ओरडत मी तिथेच बाथरूमच्या फरशीवर कोसळले. श्वास घेण्याची धडपड करत, दुखऱ्या स्तनांशी झगडत मी स्वतःला बाथरूमच्या बाहेर काढले आणि नेब्युलायझर ताब्यात घेतला. श्वास पूर्ववत सुरू

झाल्यानंतर जमिनीवर तशीच पडून मी स्वतःला समजावत राहिले, मी आहे ना. उगी राहा, उगी रहा.

आमच्याबरोबर आलेल्या डॉक्टरवर माझा अजिबात विश्वास नव्हता. त्याचा आम्हाला काहीही उपयोग होत नव्हता. जयपूरला गेल्यावर चांगला डॉक्टर मिळेल याची मला आशा वाटत होती.

मी घड्याळाकडे पाहिले, तर पहाटेचे तीन वाजले होते. लवकर निघणे आवश्यक होते. मी स्वतःला सावरून तयार झाले आणि आत्मविश्वासाने बाहेर पडले. पण जेव्हा गाडीजवळ आले तेव्हा माझ्या स्तनांच्या संसर्गाबद्दल मदतनीसांना आधीच समजले आहे हे मला कळून चुकले.

माझ्या हिमतीला दाद द्यायचे सोडून ते मला नाउमेद करू लागले. ते ऐकताना असे वाटत होते, जणू काही आपण त्यांच्या गळ्यातील एक लोढणे आहोत. माझ्या मनात तिरस्कार दाटून आला. मला त्यांच्यावर जोरजोरात ओरडावेसे वाटत होते, पण ते व्यर्थ आहे हे माझ्या लक्षात आले.

आत्तापर्यंत कधीही न पळालेले, पळणे म्हणजे काय असते याची सुतराम कल्पना नसलेले आणि नुसते पळण्याचे बूट वापरण्यापलीकडे ज्यांची मजल गेली नाहीये असे हे प्रसारमाध्यमांचे प्रतिनिधी होते.

ते माझ्याशी एवढ्या बेपर्वा वृत्तीने का वागत होते हे मला कोडेच आहे. त्यांनी दिलेला ह्या कार्यक्रमाचा अधिकृत टी-शर्ट वापरणे मी सोडून दिले होते म्हणून? का मी कायम हळू पळत असल्याने आणि सतत आजारी पडत असल्याने त्यांना इतरांपेक्षा लवकर बाहेर पडून उशिरापर्यंत थांबावे लागत होते म्हणून?

आमच्या गटातील मी एकमेव स्त्री होते आणि एवढ्या खडतर परिस्थितीतून जात होते तरीही त्यांनी ना कधी मला उत्तेजन दिले ना कधी सहानुभूती दाखविली. मी त्यांच्यावरील एक नकोसे ओझे असल्यासारखे ते वागत.

त्यांचे सगळे लक्ष फक्त मिलिंदकडे असे. नामांकित व्यक्तीच्या प्रभावाखाली असलेल्या एखाद्या लहान मुलापेक्षा त्यांची अवस्था वेगळी नव्हती हे माझ्या लक्षात आले आणि मी त्यांना माफ करून टाकले.

नशीब, त्यामानाने ड्रायव्हरचा मला पाठिंबा होता. मी जयपूरच्या दिशेने पळायला सुरुवात केली.

जयपूर हे संगमरवराचे माहेरघर आहे. जसजसे तुम्ही शहराच्या जवळ जाता तसतसे रस्त्याच्या दुतर्फा संगमरवराची दुकाने दिसू लागतात. कामगार तेथेच हे दगड कापून त्याला चकाकी देण्याचे काम करत असतात आणि त्यामुळे हवेत संगमरवरी धुळीचे लोट उठत असतात. त्यात भर म्हणजे महामार्गावर अनेक मोठमोठी बांधकामे चालू होती. एकूण परिस्थिती पळण्यासाठी अगदीच गैरसोयीची होती. त्यातून माझ्यासारख्या दमेकरी व्यक्तीला तर नक्कीच.

पण आज पहाटे हवेतील प्रदूषण कमी असल्याने पळणे सोपे वाटले. रस्तेही बऱ्यापैकी रिकामे होते. मात्र जसजसा सूर्य वर येऊ लागला तसतशी मी घामाघूम होऊ लागले.

स्तनांच्या जखमांवर अक्षरशः कोणीतरी मीठ चोळत आहे असे वाटत होते. असह्य यातना होत होत्या.

मला जोरजोरात ओरडावेसे, रडावेसे आणि सर्व काही सोडून द्यावेसे वाटत होते. मी वेदना नजरेआड करायचा प्रयत्न केला, पण माझे अश्रू थांबत नव्हते. ते तसेच वाहू देत मी जयपूरला पोहोचण्यावर लक्ष केंद्रित केले. २ किमी पळायचे आणि १ किमी चालायचे असे मी ठरविले.

माझ्याबरोबरचे धावपटू मला मागे टाकताना उत्तेजन देत ओरडत होते, "कमॉन, सुमेधा! वेल डन, सुमेधा! यू कॅन डू इट!" सकाळपासून मी ऐकलेले ते सर्वात मधुर शब्द होते.

माध्यान्हीच्या सुमारास मी मुक्कामापासून १० किमी लांब होते. मला श्वास घ्यायला परत त्रास होऊ लागला. मी ताबडतोब गाडी थांबवून इनहेलरमधून श्वास घेतला. माझे स्तन दुखत होते आणि त्यातून रक्तही येत होते. घामामुळे रक्ताचे डाग स्पष्ट उठून दिसत होते.

सोडून देणे हा पर्याय होऊच शकत नव्हता. पुढचे १० किमी हे मी आत्तापर्यंत पळालेल्यापैकी सर्वांत जास्त लांबलचक, कठीण आणि अत्यंत वेदनादायी

ठरले. आपले लक्ष दुसरीकडे वळवायला मी जोरजोरात गाऊ लागले. तेवढ्यात जणू काही दैवी चमत्कार झाला आणि माझ्या 'प्लेलिस्ट' मधील माझी आवडती कविता सुरु झाली -

वृक्ष हो भले खड़े
हो घने हो बड़े
एक पत्त छाँव की
माँग मत माँग मत
अग्निपथ अग्निपथ।

(भोवतालचे वृक्ष कितीही घनदाट आणि मोठे असले तरी त्यांची सावली मागू नकोस. ह्या अग्निपथावर असाच चालत रहा, असाच चालत रहा.)

सुप्रसिद्ध कवी हरिवंशराय बच्चन ह्यांच्या ह्या अमर आणि प्रभावी काव्यपंक्ती मला नेहमीच बळ आणि उमेद देतात. मी जोरजोरात गात पुढे पळत राहिले. नजर वर करून पाहिले, तर फक्त रिकामे रस्ते आणि त्यावरून जाणारे तुरळक ट्रक दिसत होते. आजूबाजूला पहिले तर नुसती वैराण जमीन होती. मी एकटीच होते.

मी रस्त्यावरच गुडघे टेकून बसले. तिथेच झोपून जावेसे वाटत होते.

माझा चाळिशीतील ड्रायव्हर प्रीतम गाडीतून उतरून माझ्या जवळ आला. त्याला माझ्याबद्दल आस्था वाटत असे. ''तुम्ही आता ह्या वाळवंटात मरायचंच ठरवलंय का? एकतर मला तुमच्या मागोमाग इतकं हळूहळू गाडी घेऊन यावं लागतं की वैताग येतो. धड झोपायलाही मिळत नाही. इतरांच्या ड्रायव्हरपेक्षा तुम्ही मला अजूनच लवकर उठायला लावता.'' जिव्हारी लागेल अशा शब्दांत तो म्हणाला.

त्याच्या दृष्टीनेदेखील ही दौड खडतर होती. एवढ्या उकाड्यात इतके दिवस गाडी चालवायची आणि दर थोड्या वेळाने क्लच आणि ब्रेक दाबायचा ह्यामुळे पाय कामातून जात असत.

मी हसून म्हणाले, ''अजून थोडेच दिवस राहिलेत साहेब. मग नंतर तुम्हाला दिवसभर झोपता येईल.'' तो परत गाडीत जाऊन बसला आणि त्याने दार आपटून बंद केले.

आता शर्यंत संपेपर्यंत आम्ही एकत्र जखडले गेलो होतो. रडून किंवा तक्रार करून काही उपयोग नव्हता.

इतक्या सगळ्या गोष्टी बिघडत असतानाही कसेबसे का होईना पण अखेर मी ते शेवटचे १० किमी पार केले. जयपूरला पोहोचताच मला हॉस्पिटलमध्ये नेण्यात आले.

१५

उष:काल

आमच्याबरोबर अकार्यक्षम डॉक्टर दिल्याबद्दल मी आयोजकांकडे खूप आरडाओरडा केला. त्यामुळे मेटाकुटीला येऊन अखेर त्यांनी मला फोर्टिस हॉस्पिटलला नेले. एक डॉक्टर तिथे माझी वाटच बघत होते. मला तपासल्यावर त्यांना धक्काच बसला. ''त्वचेवरच्या चट्ट्यांची मी आत्तापर्यंत पाहिलेली ही सर्वांत बेकार केस आहे.'' मान हलवत ते म्हणाले आणि मला ह्या जखमा कशा झाल्या ह्याची, त्यांनी चौकशी केली. माझी कहाणी ऐकल्यावर त्यांचा नूर बदलला.

माझ्या स्तनांची परत तपासणी करून ते म्हणाले, ''जितक्या दिसतायत तितक्या काही ह्या जखमा वाईट नाहीत. नशिबाने संसर्ग त्वचेतून आत पसरायच्या आधी तुम्ही इथे आला आहात. आत्ता तो त्वचेच्या फक्त वरच्या थरात आहे. पण ह्या प्रकारात तुम्ही तग धरून राहिलात हे बघूनच मी खरं तर अवाक झालोय. फारच वाखाणण्यासारखं आहे हे!''

डॉक्टरांनी माझ्या जखमा नीट बांधल्या, काही औषधे आणि मलमे लिहून दिली, मला भरपूर खबरदारी घ्यायला सांगितले आणि मगच जाऊ दिले. मात्र, जायच्या आधी ते म्हणाले, ''जखमा बऱ्या व्हायला कमीत कमी वीस दिवस लागतील. तुमच्याबरोबर असलेल्या त्या तथाकथित डॉक्टरने ह्या जखमांसाठी साध्या पट्ट्या कशा दिल्या याचंच मला आश्चर्य वाटतंय. पहिल्याच दिवशी तुमच्यावर व्यवस्थित उपचार केले असते तर इथे यायची वेळ आली नसती.'' माझ्याबरोबरच्या मदतनीसाकडे मी विजयी मुद्रेने पाहिले.

पण हे प्रकरण एवढ्यावरच संपले नाही. आपण ताकीद देऊनही, ठरलेले अंतर न थांबता पळण्याचा माझा निश्चय बदलणार नाही हे जेव्हा त्यांच्या लक्षात आले तेव्हा त्यांनी माझ्या दम्याची तपासणी करायला एका तज्ज्ञांना बोलावले. त्या डॉक्टरांनी पुन्हा पुन्हा येणारे अ‍ॅटॅक आटोक्यात ठेवण्यासाठी मला काही औषधे दिली. माझ्यासाठी ते फारच मोठे वरदान होते.

हॉस्पिटलमधून बाहेर पडताना डॉक्टर आणि नर्सेसचा घोळका माझी झलक बघायला मिळावी यासाठी थांबला होता. मला असे कळले,की माझ्याबद्दलची बातमी हॉस्पिटलभर पसरली होती आणि तेथील कर्मचाऱ्यांचे कुतूहल जागृत झाले होते. पण अर्थातच मला हव्या त्या पद्धतीने नव्हे. तू हे का करतीयेस? इतक्या सगळ्या गोष्टी पणाला लावायच्या लायकीचं आहे का ते?... त्या सगळ्यांना सारखेच प्रश्न पडले होते. माझ्या पोटात खड्डा पडला. माझ्याकडे ह्यावर काय उत्तर होते? काय सांगितल्याने माझ्या वागण्यामागचे कारण ह्या तिऱ्हाइतांना कळणार होते? मी कशामुळे हे सर्व करण्यासाठी उद्युक्त झाले आणि स्वतःच्याच सहनशक्तीच्या मर्यादा का मी ओलांडू बघत होते? माझ्या घरचे आणि फार तर माझ्याबरोबर पळणारे माझे सोबती सोडले तर हे कोणालाच कधी कळले नसते.

सुदैवाने आता मला खूपच बरे वाटत होते. मी पटकन हॉस्पिटलमधून बाहेर पडले आणि हॉटेलवर पोहोचले. तेथे माझे निष्ठावान साथीदार– राज आणि अपूर्ब, मला सोडून जायला सांगितलंच कसं म्हणून, आयोजकांशी भांडत होते. मुळात आयोजकांच्या ढिसाळ व्यवस्थेमुळेच आम्हाला अकार्यक्षम

डॉक्टर मिळाला होता. अशा रीतीने त्या दोघांनी मला स्वतःच्या क्षमतेविषयी कणभरही शंका येऊ न देता ठरलेले अंतर पूर्ण करायला प्रवृत्त केले. डॉक्टरांचे निदान ऐकून त्या दोघांनाही हुश्श झाले आणि मी त्यांच्याबरोबर पळू शकेन हे समजल्यावर आनंद झाला.

मी आपल्या स्तनांच्या जखमांची आणि नंतर झालेल्या सगळ्या प्रकाराची कबुली दिल्यावर अरविंदला फारसे आश्चर्य वाटले नाही.

तो सतत राजशी संपर्क ठेवून होता. माझ्या मदतनीसांनी त्याला फोन करून माझे पळणे थांबवायला सांगितले होते, असेही तो म्हणाला.

''तू तंदुरुस्त नाहीयेस आणि मी तुला घरी घेऊन जावे असे त्यांनी मला सांगितले.'' तो म्हणाला.

माझ्यामागे माझ्या नवऱ्याशी बोलल्याबद्दल मला मदतनीस लोकांचा राग नाही आला. पण अरविंदचा देखील माझ्यावरचा विश्वास उडून त्याचे मन बदलले होते की काय अशी चिंता मात्र वाटू लागली.

''तू काय सांगितलंस त्यांना?'' मी विचारले.

''मी सांगितलं, पळायचं सोडून दे असं सांगायच्याऐवजी तिच्यासाठी चांगला डॉक्टर मिळेल याची व्यवस्था करा. आणि त्यांच्याच्याने ते होणार नसेल तर मी स्वतःच एका तज्ज्ञाला आणतो.''

भावनावेगाने अनावर होत मी ओठ चावला.

''हे बघ, तू त्यांचं काहीएक ऐकू नकोस, फक्त पळत रहा. तू खूप छान पळतेयस. ह्या मदतनीस लोकांपासून मात्र लांब रहा. अजमेरमध्ये आपण भेटूच.'' तो आश्वासक सुरात म्हणाला.

आता काय वाट्टेल ते झाले तरी दौड पूर्ण करायचा माझा निश्चय पूर्वीपेक्षाही पक्का झाला.

लढाऊ वृत्ती अंगी बाणवायची असेल तर एक महत्त्वाचा धडा शिकायला हवा– तुम्हाला मिळालेले उत्तेजन आणि टीका ह्या दोन्ही गोष्टींचा वापर

आपली कामगिरी सुधारण्यासाठी करायचा. वेदनादायक अशा त्या दिवसांमध्ये मी ह्या दोन्ही गोष्टींचा उपयोग करून घ्यायला शिकले.

पर्यावरणाचा प्रसार करण्यासाठी आणि विक्रम नोंदविण्यासाठी सुरू झालेली ही दौड आता त्याच्या पलीकडे गेली होती. ती आता एक लढाई होती. एकटे असताना दोन प्रबळ शक्ती आपल्याला सामोऱ्या येतात- एक म्हणजे तुमच्या आतले सामर्थ्य आणि दुसरे म्हणजे तुमच्या आतला कमकुवतपणा. मी माझ्यातल्या सामर्थ्याची निवड केली.

माझ्या साथीदारांचे मात्र सगळेच काही ठीक नव्हते.

संध्याकाळी पळताना राज वेदनेने कण्हताना आणि लंगडताना मला दिसला.

धाप लागून थांबला असताना मी त्याला गाठले. धावपटूंना होणारा अत्यंत वेदनादायी प्रकार- टेण्डोनायटिस त्याला झाला होता. पण त्याच्या चेहऱ्यावर किंवा आवाजात याचा मागमूसही नव्हता.

राजला पळता येत नव्हते म्हणून तो फक्त चालत होता. त्याचे मनोधैर्य वाढावे म्हणून मीदेखील त्याच्याबरोबर चालू लागले.

दुसऱ्या दिवशी जयपूर फौजेतील सैनिक आणि राजचा मित्र दीपक आमच्याबरोबर येणार होता. पुढचे ५०-१०० किमी एकही धड हॉटेल नसल्याने आम्ही ह्याच हॉटेलमध्ये दोन रात्री राहायचे, रोजचे पळणे पूर्ण करायचे आणि परत हॉटेलवर यायचे असा बेत ठरला. भारतातील महामार्गांवरील प्रतिकूल परिस्थिती बघता हाच एक व्यवहार्य मार्ग होता. पळणाऱ्यांना व्यवस्थित सुविधा पुरवता याव्यात म्हणून जगभरातील अल्ट्रा-मॅरेथॉन अशा प्रकारचे वळसे घेत पळल्या जातात.

धावपटूंना जो ताण सहन करावा लागतो त्याचा विचार करता निदान गरजेपुरत्या तरी सुविधा मिळाव्यात ही आयोजकांकडून किमान अपेक्षा होती. पण धावपटू आणि मदतनीस यांच्यातील हा वादाचा मुद्दा होऊन बसला होता. जरी आमच्यासाठी विविध खेळ व करमणुकीचे कार्यक्रम ठेवले होते, तरीही लोकांची माथी भडकलेली आहेत आणि पारा चढलेला आहे हे मला जाणवत होते.

आमच्यासाठी आयोजित केलेल्या सांस्कृतिक कार्यक्रमाने एवढ्या गडबडीत गेलेल्या दिवसाची सांगता झाली. जखमांवर योग्य ते वैद्यकीय उपचार झाल्याने मी खूपच आनंदात होते आणि माझा आत्मविश्वासही वाढला होता. औषधांपेक्षाही त्याचा जास्त चांगला परिणाम होताना दिसत होता. मी मनमोकळेपणाने गाऊन आणि नाचून घेतले.

दिवस सहावा

दिवसाची सुरुवात चांगली झाली.

आमच्याबरोबरचा नवीन डॉक्टर तरुण, हिकमती आणि उत्साहीदेखील होता. रोजचे सकाळचे पळणे संपवून मी हॉटेलवर परत आले तेव्हा संघ माझी वाटच पाहात होता.

आपण हिला उत्तेजन दिले नाही, हिच्या पाठीशी उभे राहिलो नाही, या विचाराने वाटणारे दुःख मला त्यांच्या नजरेत दिसत होते. ही माझी लढाई होती आणि मला ती एकटीनेच लढावी लागली. पहिल्यांदा मिलिंदने येऊन मला मिठी मारली आणि महेश सोडून सर्वांनीच त्याचे अनुकरण केले. आम्ही खूप हसलो आणि आपण सगळे एकत्र एकाच नावेत आहोत हे एकदम लक्षात आल्याने आमच्या डोळ्यांत अश्रू आले.

आज तर मी अजिबातच एकटी नव्हते.

राजचा मित्र दीपक माझ्याबरोबर पळू लागला. त्याने त्याच्या जगभरच्या साहसी उपक्रमांच्या कथा सांगून मला मेजवानीच दिली आणि आमचे लवकरच सूर जुळले. पण ३५ किमीच्या खुणेपाशी पोहोचल्यावर अगदी जपून पुढे जाणारा राज आम्हाला दिसला.

त्याला अर्थातच खूप दुखत होते आणि त्याची अवस्था बिकट झाली होती. मी त्याच्याबरोबर चालायचे ठरविले. माझ्या वेगाचा सराव नसल्याने राज नेहमीपेक्षा सावकाश चालत होता. पण आम्ही एकमेकांना प्रोत्साहन देत होतो आणि ताशी ६-७ किमीच्या वेगाने जाण्याचा प्रयत्न करू लागलो होतो. माझ्या अंगात ताकद आली होती आणि आशा बळावल्या होत्या. शिवाय एकटीला पळावे लागत नसल्यानेही मला छान वाटत होते.

संध्याकाळी राज आणि मी सहज वेगाने पळत असताना अचानक माझ्या पोटऱ्यांमध्ये गोळे आले. स्वतःची अवस्था फारशी चांगली नसतानाही राजने थांबून मला पायांतील गोळे काढायला मदत केली. दिवस संपताना आम्ही एकूण अंतरापैकी एकपंचमांश अंतर तोडले होते आणि आमची मैत्री अधिकच भक्कम आणि गहिरी झाली होती.

१६

मैत्रीचे नवे धागे

दिवस सातवा

दोन दिवस मनुष्यवस्तीजवळ काढल्यानंतर आम्ही परत किशनगढला जंगलाकडे निघालो. अजमेर जिल्ह्यातील ह्या शहरात एका विशिष्ट प्रकारच्या सुंदर अशा चित्रकलेच्या शैलीचा जन्म झाला. पण संगमरवराचा व्यवसाय चांगलाच तेजीत असल्याने आता ह्या शहराला देशाची संगमरवरी राजधानी असा काहीसा किताब मिळाला आहे. त्यामुळे तेथील हवेचे आणि माणसांच्या शरीराचे काय होत असेल याची कल्पनाच केलेली बरी. मी दोन गोष्टी ठरवून टाकल्या होत्या– एकटीने पळायचे नाही आणि नकारात्मक गोष्टींपासून स्वतःला लांब ठेवायचे.

त्यामुळे सकाळी पळण्यासाठी मी राजची वाट बघत थांबले. आम्ही ५०० मीटर पळायचे आणि ५०० मीटर चालायचे असे ठरविले. इतर धावपटू आम्हाला प्रोत्साहन देत आमच्यापुढे निघून गेले.

सूर्य डोक्यावर येईपर्यंत आम्ही प्रदूषणात भर टाकणारे संगमरवराचे कारखाने मागे टाकले होते. सूर्य निर्दयपणे तळपत होता, तरीही आसपास वावरणाऱ्या माणसांची दखल न घेता उडणारे पुष्कळ पक्षी आणि कडकडीत उन्हात मजेत फिरणारे मोर यांच्यामुळे ती ओसाड जमीन फार सुंदर वाटत होती.

राजला कशाचाच उपयोग होताना दिसत नव्हता. त्याच्या पायावरची सूज वाढली होती. त्याने बर्फ मागितला, पण मदतनीसांकडे तो नव्हता. मग त्याने गार पाण्यात बुडविलेले टॉवेल वापरले आणि मसल रिलॅक्संटचा मारा केला.

राजला त्याच्या दुखापतीशी झगडताना पाहिले आणि मला जाणवले, की आमच्यापैकी प्रत्येकाने ही दौड पूर्ण करण्यासाठी पुष्कळ गोष्टींवर पाणी सोडले होते.

एव्हाना आमची दिनचर्या यंत्रवत झाली होती- उठायचे, पळायचे, खायचे, झोपायचे, परत पळायचे, बर्फाच्या पाण्यात पाय सोडून बसायचे आणि परत झोपायचे, असे चक्र चालू होते. फक्त महेश आणि सज्जनने आमच्याबरोबर आलेल्या मालिशवाल्याकडून पायांना मालिश करून घेतले. मात्र, त्या मालीशवाल्याने मिलिंदच्या पायाची कोणतीतरी चुकीची नस दाबली आणि त्याचा पाय लचकला. त्यानंतर इतर पुरुषांनी मालिश करून घ्यायचा नाद सोडून दिला. फक्त पुरुष मालिशवाला असल्याने मीही मालिश करून घेणे टाळले.

संध्याकाळी मला परत राजबरोबर पळावेसे वाटत होते. अंधारात पळणे कायमच धोकादायक असे, विशेषतः भारतात ज्या भयानक प्रकारे गाड्या चालवितात त्यामुळे. दुर्दैवाने आम्हाला प्रकाश परावर्तित करणाऱ्या पट्ट्या दिल्या नव्हत्या आणि पळताना मध्येच आम्ही त्या मागवूही शकत नव्हतो. आम्ही निघणार ऐवढ्यात आमचा नवीन डॉक्टर- अरुण आमच्याबरोबर पळायची परवानगी मागू लागला आणि आम्ही अगदी आनंदाने त्याला होकार दिला. हा तरुण डॉक्टर आमच्याबरोबर काही अंतर पळाला आणि मग परत फिरला. मात्र, जायच्या आधी उद्या सकाळी परत आमच्याबरोबर येण्याचे आश्वासन देऊनच तो गेला. आपण कितीजणांच्या आयुष्याला स्पर्श करत आहोत आणि संपूर्णपणे अनोळखी लोकांना आमच्याबरोबर येऊन ह्या कार्याला पाठिंबा देण्यासाठी उद्युक्त करत आहोत, या विचाराने मला फारच

छान वाटत होते.

मात्र, मदतनीसांच्या बाबतीत बोलायचे झाले, तर त्यांच्यातील आणि पळणाऱ्यांमधील दरी वाढतच होती. राज फिटनेसमधील तज्ज्ञ असल्याने मिलिंदने त्याला पळणाऱ्यांच्या तंदुरुस्तीकडे लक्ष द्यायचे काम दिले होते. त्यामुळे प्रसारमाध्यमाने दिलेल्या अत्यंत अकार्यक्षम मदतनीस लोकांशी त्याच्या सतत चकमकी झडत होत्या.

''गाड्यांमध्ये पुरेसा बर्फ नाहीये. आम्हाला इथे रोज दुखापती होतायत.'' राज त्यांच्याशी वाद घालत होता, ''आम्ही काही मदत मागितली तर तुम्ही माज करता, पण साध्या, किमान गरजेच्या गोष्टीसुद्धा आम्हाला देत नाही.''

''तुम्ही पळणारे लोक तंदुरुस्त नाही आहात तर ह्या कार्यक्रमासाठी नाव कशाला दिलंत? तुम्हाला सगळ्यांना आपापल्या परिस्थितीची कल्पना होती.'' मदतनीसांच्या प्रमुखाने प्रत्युत्तर दिले.

फारच उद्वेगजनक परिस्थिती होती. कोणी तरी वरिष्ठ माणूस येऊन आमच्या प्रगतीचा आढावा घेईल अशी मला रोज आशा वाटे; पण असे कधीच झाले नाही. मदतनीस लोकांना त्यांच्याकडून असलेल्या अपेक्षांची वरिष्ठांकडून कोणतीच कल्पना दिली गेली नव्हती. आणि ही अवस्था शेवटपर्यंत बदलली नाही.

सर्व मदतनीसांची घाईघाईत, विचार न करता मोट बांधली होती आणि त्यांना कोणत्याही खेळात किंवा पळण्यात काहीही रस नव्हता हे स्पष्ट दिसत होते.

पण मी त्यांच्याकडून कोणतीही अपेक्षा करणे सोडून दिले होते आणि अरविंदच्या सल्ल्यानुसार नकारात्मक गोष्टींपासून लांब राहायचे ठरविले होते.

त्या दिवशी संध्याकाळी पळून आल्यानंतर मी मिलिंद, सज्जन, राज आणि अपूर्व यांच्याबरोबर हॉटेलच्या बाहेर बसले होते. पौर्णिमेची रात्र होती आणि गार वाऱ्याच्या झुळुका येत होत्या. कोणतेही शारीरिक कष्ट न करता फक्त निवांतपणे बाहेरच्या खुल्या हवेत बसायची आमच्यावर फार क्वचितच वेळ

येत असे. ही वेळ त्यापैकीच एक होती.

बाहेर चांदण्यात बसून आम्ही जेवण केले. अगदी हवीहवीशी वाटावी अशी ती संध्याकाळ होती. आम्ही तसे उशिराच म्हणजे रात्री १० वाजता झोपायला गेलो. पुरुष त्यांचे जेवण आणि बियर घेत असताना मी पण माझे रोजचे डाळभाताचे जेवण सोडून चपात्यांचा आस्वाद घेतला.

ही फार मोठी चूक झाली.

१७

वाट्टेल ते!

दिवस आठवा

उठल्यावर माझे पोट बिघडलेले होते.

खोली सोडण्याआधी मला तीनदा बाथरूममध्ये पळावे लागले. काल रात्री खाल्लेल्या चपात्यांचा हा परिणाम असावा असे मी अनुमान काढले. पोट बिघडण्याचे औषध पोटात ढकलून मी पळायला बाहेर पडले.

आम्ही फक्त ८ किमी पळालो असू, तेवढ्यात माझ्या पोटात गुरगुरू लागले. राजला पुढे जायला सांगून मी कुठे आडोसा दिसतो का ते शोधायला सुरुवात केली.

मी एका अत्यंत ओसाड जागी होते. मोकळे होण्यासाठी तिथे एकही झाडझुडूप किंवा इमारत नव्हती.

थोडेसे पुढे गेल्यावर मला एक छोटेसे झुडूप दिसले. अजिबात

वेळ न दवडता मी पाण्याची बाटली घेतली, थोडे टिश्यू पेपर घेतले आणि त्याच्यामागे स्वतःला मोकळे केले. त्या झुडुपामागे मी जेमतेम झाकली जात होते आणि लोक माझ्याकडे बघत आहेत हे मला कळत होते, पण मी त्याची पर्वा केली नाही. कारण माझ्याकडे काही पर्यायच नव्हता. डोळ्यावर गॉगल आणि तोंडाला रुमाल बांधलेला असल्याने आपण कोणालाच ओळखू येणार नाही, अशी मी स्वतःची समजूत घातली.

सकाळचे पळणे झाल्यावर सगळेजण वाट बघत असलेल्या मुक्कामाच्या ठिकाणी पोहोचेपर्यंत मी हायवेवरच चार वेळा पोट साफ करून घेतले होते.

हॉटेलवर पोहोचेपर्यंत मी भयंकर दमले होते. पण माझे भोग एवढ्यावरच संपणार नव्हते.

अंघोळ करताना माझ्या लक्षात आले की आपल्या नाकातून रक्त येत आहे. डायरिया, उकाडा आणि धूळ यामुळे माझी पुरती वाट लागत होती. मी रूम सर्व्हिसला सांगून बर्फ मागविला, तो डोक्यावर ठेवला आणि काही ग्लास ताक पिऊन पलंगावर कोसळले.

संध्याकाळी राज आणि अपूर्बबरोबर पळायला सुरुवात करेपर्यंत माझे पोट बरेच बरे होते पण नाकातून अजूनही रक्त येत होते. मी सज्जनला महेश बरोबर पळताना पाहिले. तो दिवसेंदिवस अधिकच तंदुरुस्त होत चालला होता. माझ्या मनात किंचित कडवटपणा दाटून आला. मलाही त्यांच्यासारखे तंदुरुस्त आणि निरोगी व्हायचे होते.

दिवस नववा

आदल्या दिवशीपेक्षा माझी अवस्था बरीच बरी होती. पळताना कमी वेळा थांबावे लागत होते. अजूनही मी पोट साफ करायला न लाजता बाहेर बसत होते. शरीराला त्रास होण्यापेक्षा लोकांच्या नजरा आणि शेरेबाजी सहन करणेच ठीक वाटत होते. नाही तरी या ना त्या प्रकारे मला त्यांचा भरपूर ताप होतच होता.

दुपारी हॉटेलवर पोहोचलो तेव्हा अरविंद माझी लॉबीमध्ये वाट बघत असलेला दिसला. मी स्वतःला आवरू शकले नाही आणि त्याच्याकडे

पळत जाऊन एखाद्या लहान मुलाप्रमाणे त्याचे पापे घेतले. असे सार्वजनिक ठिकाणी प्रेम व्यक्त केल्याने बहुधा त्याला खूपच लाजल्यासारखे झाले आणि त्याने प्रेमाने माझी कानउघाडणी केली.

माझे म्हणाल, तर त्याला लाजल्यासारखे झाले म्हणून मला काडीमात्र फरक पडला नव्हता.

१८

नाण्याची दुसरी बाजू

मला सतत होणारे जुलाब बघून अरविंदला भयानक चिंता वाटू लागली.

माझ्या जखमा एकदा आपल्या डोळ्यांनी तपासून बघायचा त्याने हट्ट धरला. कपडे उतरवून आपले जखमांनी भरलेले शरीर त्याला दाखवायला मला संकोच वाटू लागला. मी बिचकत होते, शरमिंदी झाले होते आणि मला भीतीही वाटत होती. मात्र, अरविंदने खूपच आग्रह धरल्यानंतर मी हळूच कपडे उतरविले.

माझ्या जखमा भयंकर होत्या, शरीर रापले होते आणि ठिकठिकाणी रक्तही येत होते.

त्याने थोडा वेळ श्वास तसाच रोखून धरला आणि भरल्या डोळ्यांनी हळुवारपणे मला जवळ घेतले. मी स्वतःचा जो काही छळ करून घेत होते त्याचा विसर पडण्यासाठी अरविंदचा आश्वासक स्पर्श मला पुरेसा होता.

अजमेरमध्ये डॉक्टर मिळणे त्यामानाने सोपे जाईल अशी अरविंदची समजूत होती. म्हणून त्याने एका मदतनीसाला फोन केला. मात्र, त्यांच्याकडून येणाऱ्या उत्तराची त्याला कल्पना नव्हती.

त्यांची जोरदार वादावादी झाली आणि अरविंदचे डोके फिरले. ''तुम्ही तिला हे असं कचऱ्यासारखं वागवू शकत नाही!'' त्याने जोरात ओरडून फोन भिरकावून दिला.

हताश होऊन त्याने माझ्याकडे पाहिले. ''हे लोक तुझ्याशी उद्धटपणे वागत होते?''

मी गप्प होते. मला ह्या किळसवाण्या प्रकारात त्याला ओढायचे नव्हते.

मी सफाई देण्याचा प्रयत्न केला. ''अरे, त्यांना खेळांची काहीही पार्श्वभूमी नाही. पळण्याचा हा मार्ग आणि एकूणच ही दौड एका स्त्रीला किती अवघड आहे याची त्यांना कल्पना नाही. आमच्या मागे मागे फिरून कंटाळलेत ते. हे सगळं ते पहिल्यांदाच करतायत.''

''तुला माहीतेय तो काय म्हणाला? तिला पळता येत नसेल तर घरी जायला सांगा! कोण समजतात हे स्वतःला?''

मोठ्या प्रयासाने मी मन आवरले. ''हे बघ, दुसऱ्यांबद्दल तक्रार करत बसायला मी काही लहान नाहीये. शिवाय, मीडियावाल्यांचं काम कसं चालतं याची आपल्याला काहीही कल्पना नाहीये. कदाचित त्यांच्या दृष्टीने एकटा मिलिंदच खरा पळणारा आहे. माझा त्यांना काही खास उपयोग नाहीये. बाकीच्या घोळक्यापैकीच मी एक. मी खरंच त्यांना दोष नाही देत!''

''आपण याबद्दल त्यांच्या वरिष्ठांकडे तक्रार करायला पाहिजे.'' अरविंद गरजला.

''त्याने काय होईल? माझं पळणं हुकेल.''

पण अरविंद अजूनही व्यथित आणि चिडलेला होता. ''मिलिंद सोडून बाकीच्यांचं काय? त्यांनाही असाच त्रास होतोय का?''

मला मान्य करायला अतिशय दुःख होत होते, पण तरीही मी मान हलविली.

''मला तुम्हा लोकांचं काही कळतंच नाही. इतकी वाईट परिस्थिती असताना तुम्ही पळताच कशाला? सरळ बहिष्कार टाकून आवाज का नाही उठवत? उद्धटपणा करणं हे गैरच आहे आणि जगातल्या कोणत्याही कामात तो करणं बरोबर नाही. जर फक्त टीआरपीचाच प्रश्न असेल तर मग मिलिंदनेच पळावं. तुम्ही आपापलं सामान भरा आणि घरी जा.''

''आमची अवस्था आता धड ना इकडे धड ना तिकडे अशी झालीये. त्यातून आपापला मार्ग काढणं भाग आहे. जर मी तुझा सल्ला ऐकून ही शर्यत सोडली तर नुकसान कोणाचं होणार? माझं. शेवटी 'मी पळू शकत नाही' ह्या त्यांच्या बोलण्याला पुष्टी दिल्यासारखं होईल. माझी सुरुवातीपासून कधीच अशी अपेक्षा नव्हती की इथे सगळं काही सुरळीत आणि सोपं असेल.''

अरविंद गप्प होता.

मी बोलत राहिले– ''पळून योग्य तो संदेश पोहोचवायचा, एवढाच आमचा सगळ्यांचा उद्देश आहे, बास. हळवं होऊन आणि गाऱ्हाणी गाऊन काहीच होणार नाही. योग्य वेळी आणि योग्य ठिकाणी मी बोलणारच आहे. शर्यत आता कुठे सुरु झालीये, आणि अजून एकवीस दिवस आहेत.''

''तशी संधी तुला मिळो, एवढीच इच्छा आहे.'' जमिनीकडे बघत अरविंद म्हणाला.

''अर्थात मिळणारच. मला आता जरा आराम करून संध्याकाळी पळायची तयारी करायची आहे.''

अरविंद जेवायला खाली गेला आणि टीव्हीवर काही बातमी न दिल्याबद्दल त्याने मदतनीस लोकांशी बोलायचा प्रयत्न केला.

तो येईपर्यंत बाहेरच्या जगात काय चालू आहे याचा आम्हाला थांगपत्ता नव्हता. आम्ही ज्या हॉटेलमध्ये उतरत असू तेथे एक तर बातम्यांचे ते विशिष्ट चॅनेल दिसत नसे, किंवा मग आम्हीच इतके दमलेले असू की आमच्यात टीव्ही लावायचे त्राण नसत. पण जो कार्यक्रम नवीन विक्रम प्रस्थापित करण्यासाठी म्हणून आयोजित केला होता त्यामानाने त्याला फारच

किरकोळ प्रसिद्धी दिली जात होती. कार्यक्रमाला सुरुवात झाली तेव्हाची पंधरा मिनिटांची बातमी वगळता नंतर किती किलोमीटर झाले याची माहिती देणारे टीव्हीच्या डाव्या कोपऱ्यातील एक लहानसे घड्याळ आणि कधी तरी मिलिंदचे तीस सेकंदांचे फुटेज, एवढेच त्याचे स्वरूप राहिले होते.

पण मदतनीस मात्र ह्या विषयावर चर्चा करण्यासाठी फारसे उत्सुक नव्हते. हा निर्णय त्यांच्या वरिष्ठांचा आहे, एवढेच ते सांगत होते. शिवाय, रोज अद्ययावत माहिती देऊनही ह्या कार्यक्रमाला फारसा टीआरपी मिळत नसल्याचा त्यांचा दावा होता. आणि असे का होत आहे ह्याचा त्यांना थांगपत्ताही नव्हता.

नंतर त्यांनी अजून एक बॉम्ब टाकला. टीआरपी कमी पण खर्च मात्र खूप होत असल्याने त्यांना मदतनीस लोकांची संख्या कमी करणे भाग होते. त्यामुळे त्यांनी थेट प्रक्षेपण बंद केले, एक वाहन परत पाठविले आणि तमाम सामाजिक कार्यक्रम रद्द केले. कोणत्याही सामाजिक कार्यक्रमाचे थेट प्रक्षेपण नसताना त्यात आमच्या विश्रांतीचा मौल्यवान वेळ दवडण्याचा मोह होण्याचे आम्हाला काहीही कारण नव्हते. पण चमत्कारिक गोष्ट अशी, की भरपूर इंधन पिणारी बस मात्र त्यांनी ठेवून घेतली. ती बस फक्त जाण्या– येण्यासाठी वापरली जाई. कार्यक्रम डोळ्यात भरण्यासाठी आणि त्याची जाहिरात करण्यासाठी ती हवी आहे, असे त्यांनी सांगितले. पण खरे सांगायचे तर ती बस धावपटूंबरोबर कधीच नव्हती. आम्ही ज्या हॉटेलमध्ये उतरत असू तेथे ती लावलेली असे, आणि कार्यक्रमाचे फलक लावलेले असे ते एकच वाहन होते. अजब म्हणजे आम्ही पळत असताना ज्या कार आमच्याबरोबर असत त्यांच्यावर ह्या कार्यक्रमाचा एकही फलक लावलेला नसे. महामार्गावरील इतर कोणत्याही वाहनासारख्याच त्या दिसत.

अर्थात फक्त धावपटूच नाराज होते असे नाही, तर मदतनीस लोकांच्या मनात कडवटपणा येण्यासाठीही काही कारणे होती लवकरच उघडकीस आले.

हा एक महिनाभर चालणारा कार्यक्रम होता. यासाठीचा प्रसारमाध्यमाचा संघ त्यांच्या विशेष प्रकल्प विभागातून आलेला होता. यातील सर्वजण तरुण आणि स्वतःकडे लक्ष वेधून घेण्यासाठी उत्सुक होते. त्यांच्या करियरमध्ये पुढे जाण्यासाठी त्यांना ते आवश्यक होते.

पण टीव्ही, इंटरनेट किंवा इतर कोणत्याही सोशल मीडियावर ह्याला प्रसिद्धी मिळत नसल्याने त्यांचे सगळे प्रयत्न पाण्यात जात होते.

पळणाऱ्यांना निदान १५०० किमी पळाल्याचे श्रेय तरी मिळणार होते. मदतनीस लोकांना काहीच मिळणार नव्हते. आणि ह्या वैफल्यामुळे त्यांचा आमच्याकडे बघण्याचा दृष्टिकोन बदलला होता. एकूण, फारच दुःखद परिस्थिती होती.

तर, पळणारे आणि मदतनीस ह्या सर्व प्रकारात आपल्यावर होणाऱ्या अन्यायाशी जुळवून घेण्याचा प्रयत्न करत होते आणि दौड तिच्या ठरलेल्या वेगाने चालू होती. त्या दिवशी संध्याकाळी राजने मला पळायला बोलावले. इतर धावपटू माझ्याशी अतिशय समजुतदारपणे वागत होते हे बघून अरविंदचा जीव भांड्यात पडला. त्यांच्यात एरवी माझ्यापासून चार हात लांब असणारा महेशदेखील होता. तो असा लांब का राहत होता हे एक कोडेच होते. आणि मग एक दिवस मात्र चित्र बदलले. त्याचे झाले असे–

आम्ही अजमेरच्या दर्ग्याजवळ होतो. मी घरच्यांबरोबर लहानपणी ह्या दर्ग्याला आले होते. तेव्हाच्या सुंदर आठवणी माझ्या मनात होत्या. आता मी नवऱ्याबरोबर परत अजमेरला आले होते आणि दर्ग्याला पुन्हा एकदा जाऊन यावे अशी मनातून फार इच्छा होत होती. जणू काही माझे मन कळल्याप्रमाणे महेशने अचानक 'कोणाला दर्ग्याला जायचे आहे का' असे विचारले. 'तिथे खूप गर्दी असेल' असे मी म्हटल्यावर तो फक्त हसला आणि म्हणाला, ''ते माझ्यावर सोड.'' तेव्हा पहिल्यांदाच माझे त्याच्याशी व्यवस्थित आणि छान बोलणे झाले. पळून झाल्यावर साधारण रात्री ८ वाजता आम्ही परत एकत्र जमलो. काही धावपटू मागेच थांबले. पण मी, अरविंद आणि काही मदतनीस महेशबरोबर दर्ग्याला गेलो. पर्यटन क्षेत्रातील नोकरीमुळे त्याचे मौलवी लोकांशी चांगले सूत जुळले होते आणि त्याने आम्हाला दर्ग्याची फार सुंदर सफर घडविली. दुपारचे एकत्र जेवण चुकविल्यामुळे आम्ही रात्रीच्या जेवणासाठी मिलिंदच्या खोलीत जमलो.

गप्पा मारत, आपापल्या जखमांवर उपचार करत आम्ही आपापल्या डोक्यावरचे ओझे हलके करीत बसलो होतो. प्रत्येक प्रसंगानंतर ज्या प्रकारे आम्ही एकमेकांच्या जवळ येत होतो, ज्याप्रकारे आमच्यात मैत्री होत होती

ते बघून फार प्रसन्न वाटत होते. आम्ही एकमेकांना टोपणनावे ठेवली. अपूर्व होता ओल्ड मॉन्क हू रन्स लाइक फेरारी; राज ब्रूस ली; मी आयर्न लेडी; सज्जन पप्पाज बॉय, मिलिंद कॅप्टन व्योम आणि महेश होता झॉम्बी.

❖❖❖

१९

बदलाचे वारे

दिवस दहावा

आता अरविंद बरोबर असल्याने माझ्यात बळ आल्यासारखे वाटत होते; पण पुढील काही दिवसांमध्ये एखाद्या लंबकाप्रमाणे माझी तब्येत हेलकावे घेत होती. कधी तंदुरुस्त तर कधी नाजूक. शिवाय सतत येणाऱ्या दम्याच्या ॲटॅकमुळे वाट लागत होती. धूर ओकणाऱ्या ट्रक्सच्या साथीने आम्ही भर उन्हात बरारपर्यंत पळालो.

आज मी पळण्यापेक्षा जास्त चालतच होते, तरीही माझा वेग चांगला होता. अखेर माझे चालणे सुधारले होते. बाकीच्यांचे ५० किमी सकाळी ११ पर्यंत पळून झाले, पण आपल्याला मात्र दुपारी १ पर्यंत रेटावे लागणार हे मला माहीत होते.

मी भयंकर दमले होते, आणि हॉटेलवर परत जाताना गाडीत झोपून गेले. आम्ही हॉटेलवर पोहोचलो तेव्हा मी गाढ झोपेतून

जागी होत होते. आपण कुठे आहोत हे कळायलाही मला जरा वेळच लागला. मी स्वतःचे खूप जास्त हाल करून घेतले होते. खोलीवर पोहोचल्या पोहोचल्याच मला दम्याचा जबरदस्त अ‍ॅटॅक आला. पूर्ववत होण्यासाठी मला दोनदा नेब्युलायझेशन घ्यावे लागले.

भूक मरत चालली होती आणि खाणे दिवसेंदिवस अवघड होऊ लागले होते. कसे तरी चार घास पोटात ढकलून मी झोपून गेले.

संध्याकाळी मला खूपच बरे वाटत होते, आणि मी १० किमीऐवजी १५ किमी पळायचे ठरविले. दिवस संपताना माझे ५६५ किमी पूर्ण झाले होते.

दिवस अकरावा

३० एप्रिल. आज आम्ही अत्यंत सुंदर अशा अरवली पर्वतरांगांमध्ये होतो.

ऊन असह्य होऊ लागले होते. आमच्या शरीरातील ऊर्जेचा कणन्‌कण शोषला जात होता. मला हुरूप यावा म्हणून गाडीतून बाहेर येऊन माझ्याबरोबर चालत फोटो काढायचा अरविंदने आग्रह धरला. नंतर पुढे एका ओसाड जागी दीपक एकटाच उभा असलेला आम्हाला दिसला. तो पाहुणा म्हणून पळायला आलेला असल्याने त्याने आपली स्वत:ची सोय करावी असा मदतनीस लोकांनी आग्रह धरला होता. त्याला पाणी किंवा काही खायला द्यायचे त्यांनी साफ नाकारले. ही फारच दुर्दैवी घटना होती आणि लवकरच अधिक विद्रूप अवतारात ती आमच्या मानगुटीवर बसणार होती.

आत्ता मात्र आम्ही जगातील सर्वांत जुन्या पर्वतरांगांपैकी एक असलेल्या पर्वताच्या सौंदर्याचे रसपान करण्यात दंग होतो.

पठार असो, वाळवंट असो किंवा पर्वतरांगा असोत– एखाद्या भूप्रदेशाचा कंटाळा आला, अशी तक्रार करायला आम्हा पळणाऱ्यांना काही जागाच नव्हती. आत्ता आम्ही अरावली रांगांमधील सर्वात रमणीय प्रदेशातून जात होतो. एरवी इतर ऋतूत येथे पळताना खूपच मजा आली असती. पण आत्ता उष्ण आणि कोरड्या हवामानाने उच्छाद मांडला होता. मोठ्या शहरांपासून लांब आल्यामुळे रस्त्यावर गर्दी आणि धूळ कमी असल्याची जाणीव होत

होती. हिरवीगार झाडे आणि सृष्टिसौंदर्य यामुळे भरपूर नेत्रसुख मिळत होते.

मला निसर्गाशी प्रथमच नाळ जोडल्यासारखे वाटले. उन्हाची काळजी करत बसण्यापेक्षा मी सूर्यप्रकाशाचे स्वागत करायचे ठरविले आणि कडकडीत उन्हातदेखील चांदणे पडल्यासारखे वाटू लागले. रस्त्याच्या बाजूला उभी असलेली झाडे जणू मला सावली देण्याकरता वाट बघत होती आणि पर्वताची शिखरे एखाद्या जाणत्या वृद्ध माणसाप्रमाणे मधूनच माझे उन्हापासून रक्षण करीत आणि मला वेगाने पळायला मदत करीत माझ्यावर लक्ष ठेवून होती. ह्याच रस्त्यावर मी वर्षभरापूर्वी आले होते. तेव्हा आम्ही गाडीने दिल्लीहून मुंबईला चाललो होतो. मात्र, आम्ही तशी १०० किमीच्या वेगाने एअरकंडिशण्ड गाडीमधून हा रस्ता पार केला होता. त्यामुळे निसर्गाच्या रौद्र आणि सौम्य अशा दोन्ही रूपांचा नीट आस्वादच घेता आला नव्हता. मी फार आनंदात होते. लांब पल्ल्याच्या पळण्याची हीच तर मजा आहे. आयुष्यातील साध्या साध्या गोष्टींमधील आनंद शोधायला आपण शिकतो.

५० किमी पळून झाल्यानंतर आम्ही एका धाब्यावर साधेसेच पण रुचकर जेवण घेतले. आपल्या देशात सध्या खाद्यप्रकारांमध्ये मोठीच क्रांती घडत आहे. मिखेलिन स्टार हॉटेल्स आणि परदेशांत जाऊन आलेल्या खानसाम्यांनी बनविलेले विदेशी खाद्यपदार्थ त्यात हातभार लावत आहेत. भारतीय महामार्गांवर मात्र साध्यासुध्या धाब्यांचीच चलती आहे. ह्या लहानशा झोपड्यांमधील गरमागरम डाळभाताला तोड नाही.

खाऊन झाल्यावर आम्ही देवगढ महाल येथे जायला निघालो. त्या रात्री आमचा मुक्काम तेथेच असणार होता.

खूप मोठा वारसा असलेली ही भव्यदिव्य इमारत म्हणजे जणू स्वर्गातून झालेली खैरातच होती. आदल्या दिवशीच्या खडतर प्रवासानंतर इतक्या राजेशाही थाटात राहायला मिळणार म्हणून आम्ही थरारून गेलो होतो. रावत लोकांची म्हणजेच देवगढच्या सरदार कुटुंबाची मालकी असलेला हा महाल उत्तम देखरेखीखाली होता आणि तेथे काम करणारे लोकही फार चांगले होते.

आमचे मनोधैर्य उंचावायला हे पुरेसे होते. पण तेव्हाही आम्हाला निवांत

बसून तेथील सोयी-सुविधांचा उपभोग घेणे शक्य नव्हते. तेथून आम्ही भिलवाड्याला पळत गेलो आणि रात्री फक्त झोपायला परत आलो.

दिवस बारावा

सकाळच्या प्रसन्न वेळात आम्ही नाथद्वारला जायला निघालो. अरवलीच्या पायथ्याशी आणि बनास नदीच्या तीरावर वसलेले नाथद्वार हे श्रीनाथजींच्या पवित्र समाधीसाठी प्रसिद्ध आहे. ह्या सुंदर मंदिराला भेट देण्यासाठी हजारो भाविक येत असतात.

आम्ही देवगढला वळसा घालून भिलवाडाकडे पळू लागलो. हा प्रदेश काही पळायला फार सोपा नव्हता, पण वळणावळणांचे हिरवेगार चढ-उतार नेत्रसुखद होते. सर्वत्र पुष्कळसे पक्षी आणि मोर होते. माणसांचा गोंगाट नसल्याने माझ्या कानांना पक्ष्यांचे हाकारे टिपता येत होते. मी काय किंवा इतरांनी काय, अक्षरशः अगणित आणि ओळखू न येण्याइतके पक्षी ह्या भागात पाहिले. बाकी, मुंबईमध्ये मोठाले डोमकावळे, कबुतरे आणि मधूनच दिसणाऱ्या घारी सोडल्या तर बघायला काही पक्षीच उरलेले नाहीत.

हवामान आमची घोर परीक्षा घेत होते. पण निसर्ग सर्व कसर भरून काढत आहे असे वाटत होते. माझे नशीब जोरावर होते. कारण संपूर्ण पिसारा फुलवून नाचणारा मोर मला दिसला. प्रचंड उत्तेजित होत मी इतर धावपटूंनादेखील ह्या देखाव्याची झलक बघायला बोलावले; पण ते येईपर्यंत मोराने आपला पिसारा मिटून घेतला आणि खेळ आवरता घेतला. केवळ आपल्यालाच त्याने हा थाट दाखविला हे माझ्या एकदम लक्षात आले.

जसे मी आपल्या आजूबाजूच्या लहानसहान गोष्टींबद्दल अचानक खूप जागरूक झाले होते, तसेच ह्या पक्ष्यांशी आपले एक गूढ नाते तयार होत आहे असे मला वाटले. पळतानाच्या माझ्या एकाकीपणामुळे तर असे होत नव्हते? मी विचार करत राहिले.

एकटीने पळताना मला नक्कीच एकान्त मिळत होता. त्या वेळेस मला फक्त आपल्या विचारांची सोबत असे आणि आजूबाजूच्या प्रत्येक गोष्टीत-बगळे, मोर, माझी मदतनीस कार यांच्यात मी सोबत शोधायचा प्रयत्न करत असे.

खरेतर मोराचा केकारव म्हणजे जणू माझ्या लढ्याची आरोळी आणि मला असलेल्या आशीर्वादाचे प्रतीक बनली होती. नंतर ग्रीनेथॉनच्या शेवटच्या टप्प्यात वसईमध्ये शिरत असताना मला हाच विशिष्ट आवाज वाहनांच्या गोंगाटातदेखील ऐकू आला होता. आपल्यावर कोणी तरी लक्ष ठेवून आहे, कोणी तरी आपली काळजी घेत आहे आणि आपल्याला आशीर्वाद देत आहे अशी लगेचच मला खूण पटली होती.

पण मला येत असलेले आध्यात्मिक अनुभव आणि माझ्या आजूबाजूची खडतर भौतिक परिस्थिती यात बरेच अंतर होते.

देशातील इतर तीर्थस्थानांपेक्षा नाथद्वार काही वेगळे नव्हते. तीच ती गर्दी, घाण आणि प्रदूषण. स्वच्छता हाच खरा देव, असे आपण का म्हणतो हे मला कोडेच आहे. आपली बहुतेक यात्रास्थाने ही अत्यंत घाण आणि गैरसोयीची आहेत. ह्या सर्व पवित्र स्थानांमधून देव कधीच निघून गेला आहे अशी माझी पक्की खात्री आहे.

शांत आणि एकान्त प्रदेश मागे पडून आता परत धुळीने भरलेला महामार्ग सुरू झाला होता. वाहनांची एकच रांग जाऊ शकेल इतका तो अरुंद रस्ता होता आणि वाहनचालक अत्यंत बेदरकार होते.

मदतनीस आणि ड्रायव्हर आम्हाला वाहनांपासून वाचविण्याचा आटोकाट प्रयत्न करीत होते. पण संपूर्ण वाहतुकीचा खोळंबा केल्याशिवाय ते करता येणे अशक्य झाले होते. अशा रीतीने आजचे निष्फळ ठरलेले सत्र भरून काढण्यासाठी दुसऱ्या दिवशी सकाळी लवकर सुरुवात करून एकदम उदयपूरमध्येच थांबायचे असे आमचे ठरले.

दिवस तेरावा

अरविंदला लवकरच जाग आली. तो कदाचित झोपलाच नसावा. त्याचे सामान भरून तयार होते. मला वाईट वाटत होते, पण मागच्या वेळेप्रमाणे मी त्याला थांबविण्याचा प्रयत्न केला नाही. आपापले एकटीने बघायला मी शिकत होते.

त्या दिवशी एका अवघड टप्प्यावरून पळायचे होते.

जसजसे आम्ही नाथद्वारपासून लांब जाऊ लागलो तसतसे रस्त्यांवरील सृष्टिसौंदर्य वाढू लागले.

माझ्या दम्यासाठी ही फारच चांगली परिस्थिती होती.

मी नवऱ्याचा मेसेज पाहिला. तो विमानतळावर जाताना इथूनच गेला होता आणि त्याने येथील सृष्टिसौंदर्य आणि वाटेत असलेले महादेवाचे भव्य मंदिर याबद्दल मेसेज केला होता.

उदयपूरला पोचायच्या कल्पनेनेच आम्हाला सर्वांना स्फुरण चढले होते. कारण तेथे पोहोचल्यावर आमचे अर्धे अंतर पार होणार होते. तो एक महत्त्वाचा मैलाचा दगड होता.

सतरा वर्षांपूर्वी मी घरच्यांबरोबर उदयपूरला आले होते. तेव्हाच्या जुन्या आठवणी उचंबळून येत होत्या, आणि त्यात नवऱ्याचा मेसेज आल्याने दुधात साखरच पडली. पळायला परिस्थिती अवघड असल्याने मी अजूनच पेटून उठले.

मला उतारावर पळायला कायमच आवडते. प्रत्येक वर जाणाऱ्या वळणाबरोबर एक खाली जाणारे वळणही असते. घराजवळ अशा उतारावर भरपूर सराव केला असल्याने मला मोकळ्या हवेतल्या ह्या उतारावर पळायला जबरदस्त आत्मविश्वास वाटत होता. टेकडीवर जाणारा अजून एक टप्पा ओलांडल्यावर मला महादेवाच्या पुरातन आणि पवित्र अशा भव्य एकलिंग मंदिराचे दर्शन झाले.

देवळाची लांबून दिसणारी नुसती झलक पाहून मी ठरविले, की आपण आत जायलाच पाहिजे.

बाकीचे धावपटू माझ्या बरेच पुढे निघून गेले होते. जर मी देवळात थांबले असते तर अजून मागे पडले असते. पण देवळात जायची इच्छा क्षणोक्षणी बळकट होत होती. आणि अखेर मी हार मानली. मी मदतनीसांना माझा हा बेत सांगितला. त्यांना तो अर्थातच आवडला नाही. पण नेहमीप्रमाणेच मी हेका सोडला नाही आणि नाइलाजाने त्यांनी माझी मागणी मान्य केली.

आम्ही पोहोचेपर्यंत देवळाची दारे बंद झाली होती. ती परत उघडण्यासाठी

पंधरा मिनिटे थांबावे लागणार होते. माझ्याबरोबरचे मदतनीस देवाला वाहण्याकरता फुले आणायला गेले आणि मी प्रीतम ड्रायव्हरबरोबर तेथेच थांबले. तो माझ्याशी क्वचितच बोलत असे.

''तुम्ही परत एकदा मागे पडाल.'' तो काहीशा अनिश्चित स्वरात म्हणाला, नेहमीप्रमाणेच.

थोड्या वेळापूर्वी ज्या माणसाने एवढा त्रागा केला होता तो अखेर माझ्याशी चांगला बोलत होता. आणि ह्यामुळे आमचे ताणलेले संबंध अखेर सुरळीत होणार होते. आत्तापर्यंत माझ्या असे लक्षात आले होते, की प्रीतम माझ्याशी अगदीच तुटक आणि कोरडेपणाने बोलत असे आणि त्याचे कारण त्याच्या वरिष्ठांचा माझ्याबाबत असलेला दृष्टिकोन हे होते. त्या दिवशी प्रथमच त्याने मित्रत्वाच्या नात्याने अशी सूचना केली होती. त्याने हा प्रयत्न केला म्हणून मला कृतज्ञ वाटत होते.

मी त्याला आमच्याबरोबर देवळात येण्याबद्दल विचारले, पण त्याने नम्रपणे नकार दिला.

''मी तुमच्यासाठी प्रार्थना करेन.'' मी म्हणाले. ''तुम्ही एक मित्र म्हणून आज पहिल्यांदाच माझ्याशी बोलला आहात. त्यामुळे आजचा दिवस माझ्यासाठी एकदम खास आहे.''

तो फक्त हसला आणि म्हणाला, ''आता पटकन तुमची प्रार्थना संपवा आणि परत या. मी जास्त बोलणं बरोबर नाही.'' कामाच्या ठिकाणी असताना आपण एका विशिष्ट मर्यादेचे उल्लंघन करणार नाही, हेच त्याने यातून स्पष्ट केले. आणि मी त्याचा आदर ठेवला.

सकाळी साधारण १० वाजता ती प्रचंड दारे उघडली. आकाशात सूर्य चमकू लागला होता. महादेवाने आपल्या भव्यदिव्य स्वरूपात मला दर्शन दिले. मला काही सुचेना. यश, कीर्ती– काय मागावे मला कळेना. ह्या कोणत्याच गोष्टीने काही फरक पडेल असे वाटत नव्हते. मी स्वतःसाठी काहीच मागू शकले नाही. पण काही अनाकलनीय कारणाने मला महादेवाचे वसतिस्थान असलेला कैलास पर्वत चढून जावासा वाटत होता. ही इच्छा अगदीच व्यवहारशून्य होती का? असेल कदाचित. पण गेल्या काही दिवसांत मी ज्या

तीव्र वेदना आणि मानसिक क्लेश अनुभवले होते त्यानंतर कोणतीच क्षुल्लक गोष्ट मागायला मी धजावत नव्हते.

शांतपणे आणि प्रसन्नपणे मी देवळाच्या बाहेर आले. उदयपूरकडे पळायला सुरुवात केल्यानंतर माझ्या भोवतीचे सर्व जग बदलू लागले होते. मदतनीस लोकांचा माझ्याकडे बघण्याचा दृष्टिकोन बदलला आहे हे माझ्या लक्षात आले. अखेर कोणत्याही मानहानीकारक शेरेबाजीला तोंड द्यावे न लागल्याने पळणे सोपे वाटू लागले.

मी उदयपूरच्या सीमेवर पोहोचले तेव्हा प्रीतमनेच मला प्रथम बातमी दिली, ''मॅडम, तुम्ही ७५० किमी ओलांडलेत.''

मी अर्धे अंतर पार केले होते. आता पुढचे ७५० किमी अशक्य वाटत नव्हते. बाकीचे लोक हॉटेलवर पोहोचले तरी मी रस्त्याच्या कडेलाच आडवी झाले आणि झोपून गेले. त्या गरम डांबरी रस्त्यावर इतके निवांत वाटत होते! तेरा दिवसांत ७५० किमी पार केले म्हणून मी खूपच आनंदात होते.

हॉटेलवर पोहोचल्यानंतर मला कोणी तरी सांगितले, की आपण राहत आहोत तिथे शेजारीच एक स्मशान आहे. ते ऐकून मी वेडीच झाले. भुताखेतांना दूर ठेवण्यासाठी मी मंत्र म्हणायला सुरुवात केली आणि सगळ्यांचीच खूप करमणूक झाली. ड्रायव्हर आणि मदतनीसदेखील हसू लागले आणि माझ्याबद्दल त्यांचे मन निवळले.

मीदेखील त्यांची बाजू समजून घ्यायचा प्रयत्न करत होते. भारतातील सर्वांत जास्त उन्हाळा असणाऱ्या राज्यामधून आम्ही भर उन्हाळ्यात पळत होतो. तेथील तापमान दिवसभरात २२ अंशापासून ते ४२ अंशापर्यंत जात असे. एवढ्या उकाड्यात एसी बंद ठेवून आमच्यामागे गोगलगायीच्या गतीने येत राहायचे आणि आम्हाला खाणे-पिणे द्यायचे ह्याचा त्यांनाही वैताग येत असणार.

मला पळायचे होते म्हणून मी पळत होते आणि त्यामुळेच आलेल्या प्रत्येक अडचणीला सकारात्मक दृष्टीने सामोरे जात होते. पण मदतनीस मात्र वरिष्ठांनी त्यांच्यावर थोपविलेल्या हुकुमाचे पालन करीत होते. त्यांना ह्या

प्रतिकूल परिस्थितीत सतत आपली अनिच्छा आणि साशंकता यांच्याशी सामना करावा लागत होता.

पण अर्धे अंतर पार केल्याने आमची आपापसातील गणिते बदलली. ते माझ्याशी खूपच जास्त सभ्यतेने वागू लागले.

मी त्यांच्याकडे बघून हसले आणि म्हणाले, ''अभिनंदन! जमलं की आपल्याला. आपण ७५०किमी पार केले– अर्थात अजून बराच मोठा पल्ला गाठायचाय. थँक्स!''

तेही माझ्याकडे बघून हसले. ''मग संध्याकाळी कधी निघू या?''

२०

सरणार कधी रण?

आम्हाला मदतनीसांकडून एवढे दिवस काय मिळत होते हे एका वाक्यात सांगायचे झाले, तर अत्यंत वाईट वागणूक आणि चांगली हॉटेल्स, असे सांगता येईल.

जयपूरला हॉलिडे इन, किशनगढचे हेरिटेज हॉटेल, अजमेरला हॉटेल मानसिंग पॅलेस, देवगढचा भव्य महाल आणि आता उदयपूरला शेरेटनमध्ये आम्ही राहत होतो. मुंबईला पोहोचेपर्यंत हे आमचे शेवटचे भारी हॉटेल असणार होते. त्यामुळे आम्हाला ते अधिकच आवडले.

मला स्वतःचा अभिमान वाटत होता. अखेर पुरुषांच्या खांद्याला खांदा लावून मी हे करून दाखविले होते. हे सर्व आपण का केले, असा मी स्वतःलाच प्रश्न केला आणि आपण आपल्यासाठीच हे करत आहोत असे माझ्या लक्षात आले. माझ्यासाठी तो आत्मशोधाचा मार्ग होता. अशी संधी मिळणे हे माझे भाग्य होते. ज्या काही वेदना मी भोगल्या होत्या त्यावरून

माझ्या असे लक्षात आले होते, की कितीही बिकट परिस्थिती असली तरी त्यातून मार्ग काढता येतोच. राजस्थानमध्ये एवढ्या भारी हॉटेल्समध्ये राहायला मिळूनही आम्ही त्याचा आनंद घेऊ शकलो नव्हतो. आमचा देवगढच्या महालातील मुक्काम मला आठवतो. पोहण्याचा तलाव, आलिशान खोल्या आणि चोख सेवा देणाऱ्या त्या भव्य महालात अरविंदबरोबर राहणे हा एरवी फारच रम्य अनुभव झाला असता. पण आमचा दृष्टिकोनच जणू बदलला होता. आलिशान खोल्या, एअरकंडिशनर, पोहण्याचा तलाव आणि चांगलेचुंगले पदार्थ यांचे आता तितकेसे आकर्षण वाटेनासे झाले होते. एखाद्या गार आणि ढगाळ हवा असलेल्या दिवशी पळण्यात, स्वच्छ मोकळी हवा हुंगण्यात, डाळखिचडीचे साधेसे जेवण जेवण्यात आणि रात्री झोपून जाण्यात जे समाधान होते ते बाकी कशातच नव्हते. अर्थात, कपडे धुवायची सेवा उपलब्ध असण्यात सोडून!

दिवसच्या दिवस ज्या पद्धतीने आम्ही महामार्गांवर राहत होतो ते बघता आपापले कपडे धुवायचा विचारही करणे शक्य नव्हते. आम्ही आमचे कपडे पुढच्या चांगल्या हॉटेलवर पोहोचेपर्यंत साठवून ठेवत असू. विशेषतः काही लहान हॉटेलांमधील धुलाई केंद्रांनी आटलेल्या किंवा रंग विटलेल्या अवस्थेत कपडे परत दिल्यानंतर तर आम्ही कानाला खडाच लावला होता.

मी कपडे बदलले आणि जेवायला मिलिंदच्या खोलीत गेले. त्याचा घोटा दुखू लागला होता, तर राज आणि महेश त्यांच्या दुखण्यातून बरे होत होते. सज्जन आणि अपूर्ब गेंड्याच्या कातडीचे असल्याने त्यांची असल्या हालांमधून सुटका झाली होती. मी जर त्यांच्यासारखीच गेंड्याच्या कातडीची असते तर काय झाले असते, असा विचार नेहमी माझ्या मनात येई.

प्रत्येकालाच पळताना आलेल्या अनुभवांबद्दल आम्ही चर्चा केली. रोज उठून पळणे सोडून आम्हाला बोलायला दुसरा काही विषयच नसे. पळताना काय झाले, कसे झाले, आपण काय विचार करीत होतो... आमचे सगळे जगच त्याच्याभोवती फिरत होते.

दरम्यान, रस्त्यावर घालविलेल्या प्रत्येक दिवसागणिक आमच्यातील बंध दृढ होत चालले होते. आणि आता अर्धा पल्ला गाठल्यानंतर आम्ही असा

काही जल्लोष करत होतो की जणू अंतिम रेषाच पार केली होती. जेवण झाल्यावर मी खोलीत गेले. आई-बाबांना आणि अरविंदला फोन करून आजच्या माझ्या दौडीबद्दल सांगितले. बाबांनी सावध प्रतिक्रिया दिली.

''तुम्ही उत्तम कामगिरी केली आहे यात वादच नाही. पण आता खरं आव्हान सुरू होईल. अति आत्मविश्वास बाळगू नकोस आणि चित्त ढळू देऊ नकोस. आराम करून पळायला तयार हो.'' ते म्हणाले. अत्यानंदाच्या भरात चाललेल्या माझ्या जल्लोषात ते एकटेच शांतपणे तर्कशुद्ध विचार करत होते.

पार केलेल्या ७५० किमीचा विचार करीत मी पलंगावर पडून राहिले. गेल्या काही दिवसांचे मी चिंतन केले. पुरुषांच्या खांद्याला खांदा लावून पळल्याबद्दल मला स्वतःचा अभिमान वाटत होता. आणि मी हे इतर कोणासाठी नाही तर स्वतःसाठी करत होते हे माझ्या लक्षात आले. हा माझा आत्मशोधाचा प्रवास होता आणि माझ्या नशिबाने मला अशी संधी मिळाली होती.

पर्यावरण रक्षणाचा संदेश जास्तीत जास्त लोकांपर्यंत पोहोचावा म्हणून आम्ही संध्याकाळी शहरात पळायचे ठरविले. ह्या वेळेस अहमदाबादहून आलेले काही धावपटू आमच्या बरोबर होते.

फतेहसागर तलावाच्या भोवतीचा हा मार्ग फार सुंदर होता आणि आम्ही १० ऐवजी १५ किमी पळालो. तलावाभोवती वाहनांची वर्दळ नसल्याने आम्हाला पळताना प्रसन्न वाटत होतेच, पण आमचे ड्रायव्हरदेखील जरा विसावा मिळाल्याने खूष होते.

तलावापाशी काही चौकस लोकांनी आम्हाला हटकले. सहसा फक्त मिलिंदभोवती त्याचे चाहते गर्दी करत. इथे मात्र आम्ही सर्वांनीच लक्ष वेधून घेतल्याने आणि लोकांची वाहवा मिळविल्याने पर्यावरण संरक्षणाचे महत्त्व आणि निकड ह्याविषयीचा आमचा संदेश पसरविण्यास मदत झाली. मी अर्थातच त्यात आपल्या मताची भर घातली,

''पर्यावरणाचा समतोल राखायचा असेल तर स्त्रियांचे रक्षण करा.''

दिवस चौदावा

पहाटे तीन वाजता उठून मी मदतनीसांना बोलावले. ते माझ्याशी आता नक्कीच अधिक समजुतीने वागत होते. माझा आत्मविश्वास चांगलाच वाढला होता. कित्येक दिवसांनंतर प्रथमच मी चेहऱ्यावरील रुमाल काढला.

महामार्गांवरील धूळ आणि प्रदूषणामुळे हमखास त्रास देणारे दम्याचे अॅटॅक टाळता येत नव्हते आणि त्यामुळे पळणे अवघड जात होते. आता मात्र मला सहजपणे श्वास घेता येत असल्यामुळे अधिक वेगाने पळता येत होते.

बाकीचे धावपटू माझ्यासोबत आले तेव्हा मी बरेच अंतर कापले होते. कधी नव्हे ते मी पुढे जाऊन इतरांची वाट बघत थांबले. हे बघून आणि खासकरून माझ्यात झालेली सुधारणा इतरांच्याही लक्षात आली तेव्हा मला खूपच छान वाटले.

मिलिंदला फारच आनंद झाला. ''तू आज खूपच जोरात पळत होतीस.''

''किती तरी दिवसांनी आज मला श्वास घ्यायला काहीही त्रास न होता पळता आलं. इतके दिवस मी तुम्हा सगळ्यांच्या मागे असायचे. तुमच्यामुळेच मला अजून जोरात पळायची स्फूर्ती मिळाली.'' आणि डोळे मिचकावत मी म्हणाले, ''आता इथून पुढे तुम्हालाच मला गाठायला लागेल!'' मिलिंद हसायला लागला.

सूर गवसल्याबद्दल मिलिंदने माझे अभिनंदन केले आणि ह्या गोष्टीचा प्रभाव मदतनीसांवरही पडला. या आधी माझ्यावर त्यांनी संपूर्ण फुली मारली होती आणि जणू आता माझा लक्षणीय कायापालट झाला होता असे त्यांना वाटत होते.

राज माझे स्वागत करायला आला तेव्हा मी त्याला सांगितले, ''आज खूप छान वाटतंय. मला जरा जास्त पळू दे.''

''मलाही तसंच वाटतंय. प्रदूषणामुळे आपल्यावर किती वाईट परिणाम होतात हे लोकांना कळलं पाहिजे. तू आज थोडं जास्त अंतर पळून घे. कारण अंकलेश्वरला गेल्यावर पळायला परत त्रास होईल. ते भारतातलं

सर्वांत प्रदूषित शहर आहे.'' राजने मला सल्ला दिला.

अरे बाप रे! मला परत हॉस्पिटलमध्ये धावायचे नव्हते. राजला काय म्हणायचे होते ते मला कळले आणि संध्याकाळी जेव्हा सगळे अजूनही विश्रांती घेत होते तेव्हा आम्ही पुढे पळायला सुरुवात करायचे ठरविले.

आम्ही चांगली सुरुवात केली, पण थोडे अंतर गेल्यानंतर माझ्या डाव्या गुडघ्याच्या मागच्या बाजूला एक नवीनच दुखणे उद्भवले. पळण्याच्या नादात मी त्याकडे दुर्लक्ष केले. दुखणे सहन होईनासे झाले की मी चालायला सुरुवात करी आणि थोडे बरे वाटू लागले की परत पळायला लागे.

आत्तापर्यंत आपण जे काही सहन केले आहे त्यामानाने हा अगदीच डाव्या हातचा मळ आहे असे मला वाटले; पण त्याकडे दुर्लक्ष करून मी अजून एक चूक केली.

२० किमी पळून झाल्यावर मी परत माझ्या खोलीकडे धाव घेतली. दुखावलेल्या भागावर बर्फ आणि स्नायू मोकळे करण्यासाठीचे औषध लावले. बहुतेक मला डुलकी लागली असावी, कारण फोनच्या आवाजाने मला जाग आली. राज आणि अपूर्ब मला जेवायला बोलावत होते. मात्र उठायचा प्रयत्न करताक्षणी माझ्या डाव्या गुडघ्यातून वेदनेची सणक गेली. माझा जीव अचानक खूप घाबरा झाला. पुन्हा एकदा ती सगळी भावनिक उलथापालथ आपल्याला झेपेल याची मला खात्री वाटत नव्हती. आपली घोर फसवणूक झाल्यासारखे वाटत होते; पण मी स्वतःला सावरले. अजून थोडी औषधे लावून मी कपडे बदलले आणि जेवायला बाहेर पडले.

ह्या दुखण्याबद्दल मी राजला सांगितले तेव्हा त्याने अगदी नेमके प्रश्न विचारून मला गुडघ्याच्या मागच्या बाजूला स्ट्रेस फ्रॅक्चर (एका विशिष्ट जागी सतत ताण पडल्याने दुखापत होणे किंवा तुटणे) झाले आहे, असा निष्कर्ष काढला.

''खूप काही गंभीर नाही ना? मला पळता येईल ना?'' मला आता खूप काळजी वाटू लागली होती.

राजने उत्तर दिले, ''तसं फारसं गंभीर नाहीये. साधारणपणे एक-दोन दिवस

विश्रांती घ्यायला सांगतील. पण तू काही एकही दिवस सुट्टी घेशील असं मला वाटत नाही. तुला पळता येईल, पण खूप दुखेल आणि फ्रॅक्चर भरून यायला वेळ लागेल.''

यातील मला जेवढे पाहिजे तेवढेच मी ऐकले आणि बाकी सगळ्याकडे चक्क दुर्लक्ष केले.

राजने झोपायला जायच्या आधी मला दुसऱ्या दिवशी न पळता फक्त चालायचा सल्ला दिला. नाही तर दुखापत अधिकच चिघळून पळण्याची ढब बदलली असती.

झोपायला जाण्यापूर्वी मी मदतनीसांना रोजच्यापेक्षा एक तास आधी तयार राहण्यास सांगितले. हे युद्ध मी लढणार होते.

२१

दुभंगणारी मने

दिवस पंधरावा

आज आम्ही गुजरातमधील हिंमतनगरपर्यंत पळणार होतो. एव्हाना तापमान ४० अंशाला पोहोचले होते आणि हवेतील आर्द्रतेचे प्रमाण ५५ टक्के होते. माझा गुडघा अजूनही दुखत होता, पण वेदना सहन करता येण्याइतपत होत्या. स्नायूंवर लावायचे औषध अगदी सढळ हाताने लावून मी तयार झाले आणि पळायला सुरुवात केली.

पण औषधांचा उपयोग होईनासा झाला होता. सुरुवात केल्याकेल्याच मला जाणवले की आपल्याला लयच पकडता येत नाहीये. पळायला अधिकाधिक त्रास होऊ लागला आणि लवकरच माझ्याच्याने एकही पाऊल पुढे टाकवेना. मी स्वतःलाच जोरजोरात शिव्याशाप देऊ लागले. डाव पाय उचलताच येत नव्हता. गुडघा भयंकर दुखत होता.

मी लंगडत चालू लागले.

अपूर्व माझ्याकडे आला आणि म्हणाला, ''हे काय? पळण्याची नवीन पद्धत का?''

मी म्हणाले, ''माझा गुडघा दुखतोय. पायच उचलता येत नाहीये.''

बाजूने पळत असलेला राज ओरडला, ''ताबडतोब पळणं थांबव आणि नुसती चालायला सुरुवात कर, नाही तर ते अजून चिघळेल. तू कधी ऐकतच नाहीस का?''

मला परत मागे पडायचे नव्हते. त्याची समजूत पटावी या आशेने मी काही तरी निरर्थक उत्तर द्यायचा प्रयत्न केला- ''पळताना मला दुखत नाहीये, फक्त चालताना दुखतंय.'' माझ्या बोलण्याने अधिकच चिडून राज म्हणाला, ''आत्ताच्या आत्ता पळणं थांबव! तुझ्या पळण्याची ढब बिघडेल आणि गुडघ्याची पण वाट लागेल.''

मी नरमले. पूर्वीसारखीच मी थोडा वेळ चालेन आणि थोडा वेळ पळेन, असे मी त्यांना आश्वासन दिले आणि ते पळत पुढे निघून गेले.

पुन्हा पहिले पाढे पंचावन्न! नुकतीच कुठे मी चांगली पळू लागले होते, आणि तेवढ्यात हा त्रास सुरू झाल्याने मी स्वतःवरच भयंकर संतप्त झाले होते. मला त्या संतापाला आवरच घालता येत नव्हता. माझे हृदय विदीर्ण झाले होते.

मी तिथेच गुडघ्यांवर बसून रडायला लागले. अश्रू गाळत मी ओरडत होते, मीच का... देवा, मीच काय म्हणून? मलाच का एवढा त्रास सहन करावा लागतोय? एखाद्या लहान अर्भकासारखे मी अंगाचे मुटकुळे करून तिथेच रस्त्यावर रडत पडून राहिले.

पळण्याच्या काळात तब्येतीशी कित्येक दिवस चाललेला झगडा, भलत्याच कारणांनी आलेला वैताग, ह्या सर्व गोष्टी एखाद्या लाटेप्रमाणे माझ्या अंगावर चालून आल्या होत्या. मला इतरांबरोबर पळायचे होते. मला तेवढे बळकट व्हायचे होते. पण जणू काही आपण पळावे हे निसर्गाला मंजूरच नाहीये असे मला वाटत होते.

थोड्या वेळानंतर, प्रीतम ड्रायव्हर तेथे आला आणि माझ्याकडे थंडपणे एकटक बघत थांबला. एकही शब्द न बोलता फक्त उभा राहून तो माझी मूक सोबत करीत राहिला. त्यानंतर तो परत गाडीत जाऊन बसला. मी गाडीकडे पाहिले आणि माझ्या लक्षात आले की आपण एकटे नाही..

गर्मी सर्दी का एहसास बदन पर रहने दो,
अपने मन को तन की सब तकलीफ़ें सहने दो,
अपने कानों को सब शोर–शराबा सुनने दो,
अपनी ज़ुबान को सारी सच्ची बातें कहने दो,
अपनी आँख के चष्मे में सब मंझर बहने दो,
पलकों की इस राह के सारे काँटे चुनने दो,
अपनी झाट के पथरीलें और बंजरपन में साद,
उम्मीदों का गरम और मीठा चष्मा बहने दो।

(सर्व ऋतूंचे स्पर्श तुमच्या शरीरावर राहू देत,
तुमच्या शरीराचे कष्ट तुमच्या मनाला सहन करू दे,
तुमच्या कानांना सर्व कोलाहल ऐकू दे,
तुमची वाणी सर्व काही खरे बोलू दे,
जगाचा नजारा तुमच्या डोळ्यांना बघू दे,
आयुष्याच्या एकाकी आणि खडकाळ रस्त्यावर पडलेले
काटे वेचून घ्या,
उबदार आणि मधुर आशा सर्वत्र खेळू दे.)

मी निळ्याभोर आकाशाकडे पाहिले. माझे रक्षण करणारे जणू देवदूत असे ते दोन पांढरे बगळे डोक्यावर उडताना मला दिसले. मोरांचा केकारव माझ्या कानांनी टिपला. आपल्या पायांवर उभी राहून पळायला सुरुवात कर, अशी सूचनाच जणू मला चराचर सृष्टी देत होती.

मी आपल्या पायांचे, हातांचे चुंबन घेतले आणि शरीराला मूकपणे प्रार्थना केली, कृपा करून मला साथ दे. आता जवळजवळ झालंच आहे. एकदा का ही दौड संपली की मी नक्की तुझी काळजी घेईन.

स्वतःला सावरून मी पळायला सुरुवात केली. लंगडत असूनही थांबले

नाही. ४५ किमी नंतर चालायचे आहे, असे मी स्वतःला सांगत राहिले. इतरत्र कोठेही न बघता मी नजर रस्त्यावर स्थिर केली.

नेहमीप्रमाणेच मी इतरांहून तासाभरापेक्षाही जास्त उशिरा हॉटेलवर पोहोचले. उकाडा आणि दमणूक यामुळे माझी भूक पूर्ण मेली होती. पण तशीच बळजबरीने थोडे दूध पिऊन नंतर राज आणि अपूर्ब यांच्याबरोबर जाऊन बसले. ते दोघेही विचारमग्न दिसत होते.

आपल्याच तब्येतीच्या तक्रारीत गुरफटल्याने बाकीच्यांचे काय चालले होते हे मला दिसलेच नाही. मी मदतनीसांबरोबरचे माझे संबंध सुधारायला बघत होते, पण त्यांच्यातील आणि बाकीच्या धावपटूंमधील दरी वाढतच चालली होती.

दोन्ही बाजू आपापले म्हणणे खरे करायला माझा वापर तर करत होत्या, पण मी चर्चेत भाग घेतलेला त्यांना नको होता. त्यामुळे मी हस्तक्षेप करायचा प्रयत्न करूनही धावपटू आणि मदतनीस दोघांनीही मला दूर ठेवले. ढिसाळ व्यवस्थेला सर्व धावपटू वैतागले होते आणि मदतनीस लोक त्यांच्या वरिष्ठांकडून काहीही मदत मिळत नसल्याने असमाधानी होते.

मदतनीस लोक धावपटूंशी, विशेषतः राज आणि आम्हाला सामील व्हायला आलेल्या इतर पाहुण्या धावपटूंशी अधिकच उद्धटपणे वागू लागले. त्यामुळे परिस्थिती जास्तच चिघळली. पाहुण्या धावपटूंना ते पाणी किंवा खाण्याचे पदार्थ देत नसत.

आम्हा पळणाऱ्यांना पाठिंबा देण्यासाठी मिलिंद त्याच्यापरीने सर्व प्रयत्न करत होता. पण मदतनीसांची अख्खी तुकडी बदलणे शक्य नव्हते. एकूण परिस्थिती बघता मदतनीस पाहुण्या धावपटूंना मदत करणार नाहीत आणि आपल्याला अजून वादविवाद सहन होणार नाहीत हे मिलिंदच्या लक्षात आले. त्याने स्वतःची कार आणि ड्रायव्हर मागवून घेऊन पळणाऱ्यांना मदत करायचे ठरविले. अर्थात हे एका रात्रीत शक्य नव्हते. आम्हाला त्यासाठी अहमदाबादला पोहोचेपर्यंत वाट पाहावी लागणार होती.

अखेर मिलिंदने सर्व धावपटूंना एकत्र गोळा केले. आम्हाला पाठिंबा

दर्शविण्यासाठी जे धावपटू आले होते त्यांना मिळणारी वागणूक चुकीची आहे हे त्याने मान्य केले; पण तरीही आयोजकांकडे जाऊन सर्व काही आमनेसामने करायची, खासकरून आम्ही अर्धेच अंतर पार केले असताना, त्याची विशेष तयारी नव्हती असे दिसले. त्याची कार आणि ड्रायव्हर केवळ पाहुण्या धावपटूंना मदत करण्याकरिता अहमदाबादपासून आमच्याबरोबर येईल, असे त्याने जाहीर केले.

आम्ही सर्वांनीच ह्या बातमीचे स्वागत केले. राजने अगोदरच अहमदाबाद ते मुंबई पळू इच्छिणाऱ्या लोकांची यादी बनवण्यास सुरुवात केली असल्याने त्याला ह्या बातमीने सर्वाधिक आनंद झाला. अशा रीतीने होऊ घातलेली रुजुवात टळली खरी, मात्र मदतनीसांना इतक्या सहज सोडून दिल्याबद्दल नाराजी व्यक्त करणारी कुजबूज चालूच राहिली.

संध्याकाळी असे समजले, की साधारण रात्री ८ च्या सुमारास अजून दोन धावपटू आम्हाला सामील होणार आहेत.

मी साशंक होत राजला म्हणाले, ''इथे येताना काय अपेक्षा ठेवायच्या हे त्यांना माहीतेय का? आपले मदतनीस तर त्यांना खाणंपिणं काही देणार नाहीत. त्यांनी फक्त आपण पळणाऱ्या सहा लोकांना पुरेल एवढंच सामान आणलंय. आपल्याबरोबर पळणाऱ्या इतर लोकांसाठी त्यांच्याकडे काहीच नाहीये. परत काही भांडण न होवो म्हणजे मिळवलं.''

''मी त्यांना आधीच कल्पना दिली आहे.'' राज आत्मविश्वासाने म्हणाला, ''आता आयोजकांनी अजून काही मोडता घातला नाही म्हणजे झालं. शिवाय हे लोक आपापले राहणार आहेत आणि ते आपापली खाण्यापिण्याची सोय करतील.''

अर्थात माझी फारशी समजूत पटली नाही.

दिवस सोळावा

उठले तेव्हा सर्व अंग दुखत असूनही मला पुष्कळच बरे वाटत होते. मी व्यवस्थित वेळ घेऊन आणि पळण्यापूर्वीच्या आवश्यक त्या सर्व खबरदाऱ्या घेत तयारी केली.

माझा ड्रायव्हर आणि आता माझ्याबरोबर दिलेला मदतनीस माझ्यासाठी पुरेशी फळे आणि बर्फ घेऊन आले होते. इतर मदतनीसांशीदेखील मी खेळीमेळीने वागत होते. मी पळायच्याऐवजी चालते आहे हे पाहून राजने माझ्याकडे बघून छानसे स्मित केले तेव्हा तर मला विशेष आनंद झाला.

दुपारपर्यंत आम्ही हिंमतनगरला पोहोचलो.

मिलिंदच्या खोलीत आम्ही दुपारचे जेवण घेतले. आता आम्ही ९०० किमीच्या टप्प्याच्या आसपास होतो आणि अचानकपणे १००० किमीचा टप्पा अगदी एक-दोन दिवसांवर आला होता.

आमच्याबरोबर आलेले दोन नवीन धावपटू आमच्यासाठी बाहेरच्या जगाची खबरबात घेऊन आले होते. पण संध्याकाळी मात्र भारतातील महामार्गांची भीषण सत्य परिस्थिती माझ्यापुढे येऊन उभी ठाकली. हिंमतनगर अत्यंत गजबजलेले आणि धुळीने भरलेले होते. प्रदूषणाची पातळी वाढलेली ठळकपणे जाणवत होती. माझ्या तोंडावर परत एकदा रुमाल आला.

२२

अजब तुझे सरकार!

दिवस सतरावा

वरुण जोशी आणि कविन कोंदाबाथिनी हे दोन धावपटू आमचा संदेश पोहोचविण्यासाठी सामील झाले.

आज आमच्या संघाने कर्कवृत्त पार केले.

राजने भाकीत वर्तविल्याप्रमाणेच माझी पळण्याची ढब पार बिघडली होती. मात्र, गुजरातला पोहोचल्यावर समोर पसरलेला लांबच लांब कॉंक्रीटचा रस्ता बघून आम्हाला फार आनंद झाला. सर्वत्र रुंद रस्ते आणि उड्डाणपूल होते. मात्र, इतके सुंदर रस्ते असूनही लोकांच्या वाहन चालविण्यात काही सुधारणा झाली नव्हती हे आमच्या लवकरच लक्षात आले. कोणत्याच वाहनचालकाचा वाहतुकीचे नियम पाळण्यावर विश्वास दिसत नव्हता. वाहने चुकीच्या दिशेने येत होती, रस्त्याच्या मध्येच थांबत होती आणि इतक्या उत्कृष्ट रस्त्यावर जणू काही सुरुंग पेरले आहेत असे वाटत होते.

अहमदाबादला पोहोचायला आम्हाला खूप कष्ट पडले. उरलेले ५५० किमी पार करायला आमच्याकडे अजून चौदा दिवस होते. म्हणजे रोज एक पूर्ण मॅरेथॉन पळावी लागणार होती.

अहमदाबादला पोहोचणे म्हणजे अक्षरशः मरणच ठरले. अशक्य प्रदूषित हवा, उकाडा आणि दमटपणा यामुळे आमच्यावर शारीरिक आणि मानसिक अनर्थ ओढवला होता. शेवटी एकदाचे तिथे पोहोचल्यावर आम्ही सुटकेचा निःश्वास सोडून आनंदोत्सव साजरा केला.

जेवताना राज अणि अपूर्ब मागच्या वर्षीच्या पळण्याच्या कथा सांगत होते. आम्हाला राहायला आता जे हॉटेल दिले होते तेथेच मागच्या वेळेसही हे लोक राहिले होते.

हे सर्व पुरुष जणू काही दौड संपल्यासारखाच आनंद साजरा करत होते. मला मात्र याचे आश्चर्य वाटत होते. कारण मला स्वतःला अजून पुढे किती अंतर जायचे आहे आणि त्यावर काय वाढून ठेवले आहे याचेच दडपण आले होते. इतर धावपटूंना मात्र हे सगळे सवयीचे होते.

जेवताना मिलिंदने आम्हाला उद्देशून काळजीपूर्वक बोलायला सुरुवात केली– ''आता पुढे काय आहे हे आपल्याला माहीतेय. अहमदाबादला पोहोचणंच सर्वांत अवघड होतं, आणि ते आपण चांगल्या वेगाने आणि बऱ्याच व्यवस्थित पद्धतीने केलं आहे. वाटलं तर आपण तीस दिवसांच्या आतही हे अंतर संपवू शकू.'' त्याने जाहीर केले.

हे एवढ्यावरच संपले नाही. अहमदाबाद आणि सुरत येथे अनेक पाहुणे धावपटू एक दिवसाच्या पळण्यासाठी आम्हाला सामील होतील अशी घोषणा राजने केली. दुसऱ्या दिवशी आम्ही १००० किमीचा महत्त्वाचा मैलाचा दगड पार करणार होतो. त्याचा विचार आम्ही करू लागलो तसे आधीच्या दिवसांच्या जखमा जणू फिक्या पडल्या.

संध्याकाळी मी राज आणि अपूर्बशी गप्पा मारत बसले होते. ते दोघे मागच्या वर्षीच्या पळण्याच्या स्मृतींना उजाळा देत बसले होते. हाच संदेश पोहोचवण्यासाठी ते अहमदाबादवरून मुंबईला ५५७ किमी पळाले होते. पळणारे लोकही सर्व हेच होते, फक्त मदतनीस वेगळे होते. मागच्या वर्षीचे

मदतनीस किती कार्यक्षम आणि अदबीने वागणारे होते त्याच्या आठवणी हे दोघे अनुभवी धावपटू सांगत होते. त्यामुळेच त्यांनी यंदाच्या पळण्यात भाग घेण्याचे मान्य केले होते. एकूण व्यवस्थेबद्दल असमाधानी असूनही इथून पुढे ओळखीच्या प्रदेशात पळायच्या विचाराने त्यांचा आत्मविश्वास वाढलेला दिसत होता आणि ते अधिक निवांत झाले होते.

पण कसली तरी चिंता ह्यांना आतल्या आत खात आहे असे मला वाटले. त्या सगळ्यांनाच आपल्या घरच्यांची खूप आठवण येत होती.

तसे ते काही रडत बसले नव्हते किंवा खूप हळवेही झाले नव्हते, पण त्यांना घरच्यांची किती आठवण येत आहे हे त्यांच्या बोलण्यातून माझ्या लक्षात येत होते.

निरोप घ्यायच्या आधी राजने मला सल्ला दिला, ''सुमेधा, तू संध्याकाळच्या वेळात पळण्याऐवजी चाललीस तर जास्त बरं होईल. तू लंगडते आहेस. आणि त्यावर उपाय केला नाहीस तर काही तरी गंभीर दुखापत होईल.''

अपूर्बने त्याला दुजोरा देत म्हटले, ''ह्या स्थितीत लंगडणं साहजिक आहे. म्हणूनच खूप जास्त उशीर व्हायच्या आत प्लीज तुझी पळण्याची ढब बदल.''

ह्यावर मान हलविण्यापलीकडे बोलण्यासारखे माझ्याजवळ काहीच नव्हते.

मी काही आपणहून लंगडत नव्हते. दुखावलेल्या गुडघ्यावर ताण आल्याने माझ्या शरीराने दिलेली ती प्रतिक्रिया होती. पण मी माझी शैली बदलायला सुरुवात केली आहे आणि येत्या काही दिवसांत ती सुधारेल, हे मी त्यांना पटवून दिले.

संध्याकाळी एक पाहुणा आम्हाला अचानक भेटायला आला. उदयपूरमध्ये आमच्याबरोबर आलेला हिंमत आज पाहुण्या धावपटूंचा मदतनीस म्हणून परत आला होता. एक दिवसापुरते पळणाऱ्या धावपटूला कशाकशाला सामोरे जावे लागते आणि मदतनीस व्यवस्थापक कसा सहकार्य करत नाही याचा आमच्याबरोबर राहून त्याने चांगलाच अनुभव घेतला होता. म्हणूनच नवीन येणाऱ्या लोकांना मदत करायची त्याची इच्छा होती. त्याने शिर्डीच्या

साईबाबांचा आशीर्वाद म्हणून मला त्यांचा फोटो असलेले एक गळ्यातील पदक भेट दिले. मला अजून काय हवे होते ?

हिंमत अगदी साधा मुलगा होता. कोणाकडून तरी बूट उधार घेऊन तो पळत होता. उघड्या पायांनी पळायचे जे लोण सध्या जगभर पसरले आहे त्याची तो खूप रेवडी उडवत असे. आणि त्याला आवड म्हणून नव्हे तर नाइलाज म्हणून उघड्या पायांनी कसे पळावे लागे हे गमतीच्या सुरात सांगत असे.

त्याच्याशी बोलल्यानंतर मला फार कृतज्ञ आणि लीन वाटू लागले. हे तीस दिवस संपल्यावर माझे आरामशीर आयुष्य परत सुरू होणार होते, पण त्याच्या बाबतीत वास्तव फारच वेगळे होते. त्याच्यामुळे मला खूप प्रेरणा मिळाली.

संध्याकाळी अजून एक स्त्री धावपटू रितू आमच्यात सामील झाली. ती माझ्याबरोबर चालत होती. आम्हा सहा धावपटूंसाठी घरी बनविलेला गव्हाचा पास्ता आणि डाळभात आणून तिने आश्चर्याचा आणि आनंदाचा धक्का दिला. इतक्या दिवसांनी घरी बनविलेले जेवण मिळाल्याने आम्ही सर्वांनी चुपचाप त्यावर ताव मारला.

दिवस अठरावा

उठल्यावर पाहिले तर माझा डावा गुडघा जोरदार सुजला होता. बरा होतोय असे वाटत असतानाच त्याची अवस्था अधिकच बिघडलेली दिसत होती.

आजचा दिवस संपूर्ण संघासाठी फार महत्त्वाचा होता आजच आम्ही १००० किमी पूर्ण करणार होतो. अहमदाबाद–आणंद महामार्गावर पळण्यासाठी पंधरा धावपटू आमच्याबरोबर येणार होते.

पळायला सुरुवात करायच्या किंचित आधी मी मदतनीस लोकांकडून स्नायूंवर लावायच्या औषधाचा नवीन डबा मागून घेतला. आजच्या दिवशी आपला छळ होणार आहे हे मला कळून चुकले होते. मी सावकाश सुरुवात केली आणि बरोबर पळणारे एवढे लोक असूनही थोड्याच वेळात रस्त्यावर परत मदतनीसांच्या गाडीबरोबर एकटीच उरले.

पण मी सावकाश, न थांबता पुढे जात राहिले. जाताना सतत स्वतःशी घोकत होते, हेही दिवस जातील.

माझे दिवसाचे ठरलेले अंतर पूर्ण करून १००० किमीचा टप्पा पार करायचा असे मी ठरविले होते. त्यासाठी काहीही करावे लागले तरी ते योग्यच होते. मी गुडघ्याला क्रेप बँडेज बांधले आणि तशीच लंगड्या चालीने पळू लागले.

अहमदाबाद ते आणंद महामार्गावर रस्त्याच्या कडेला सर्वत्र प्लास्टिक आणि इतर कचऱ्याचे ढीग पसरले होते. आजचा दिवस माझ्यासाठी फारच वाईट ठरला. १००० किमीचा टप्पा पार करूनही त्याचा आनंद घेण्याच्या स्थितीत मी नव्हते.

हॉटेलवर पोहोचल्यावर मला भोवळ आली आणि कोणी तरी चेहऱ्यावर पाणी मारल्यावरच मी शुद्धीवर आले. भानावर आल्या आल्या मी ओकले. मला इतके अशक्त वाटत होते की खोलीत जाण्यासाठी मदतनीसांची गरज पडली. खोलीत गेल्या गेल्या मी झोपून गेले.

संध्याकाळी उठले तेव्हा माझे डोके भयंकर दुखत होते. सकाळपासून काहीही खाल्ले नव्हते, म्हणून मी सँडविच मागवले आणि संध्याकाळच्या कार्यक्रमाची चौकशी करायला राजला फोन केला.

त्याने मला सांगितले, की त्याने आणि इतर काही लोकांनी माझे दार एक-दोनदा वाजवून पहिले होते, पण त्यांना काहीच उत्तर मिळाले नाही. दार वाजवलेले मला ऐकू आले नाही, म्हणजे मी नक्कीच खूप दमले असणार. त्याने मला त्यांचा संध्याकाळचा बेत सांगितला. तो आणि अपूर्व यांच्याबरोबर मी साबरमती आश्रमापर्यंत पळायला गेले. आम्ही आतापर्यंत जे काही पाहिले होते, भोगले होते त्यानंतर तो आश्रम म्हणजे जणू शांतीचा सागरच वाटत होता.

तेथे गेल्यावर हिंमतने मला आश्चर्यचा अजून एक सुखद धक्का दिला. आम्ही तिथे असताना पटकन कधी तरी तो बाहेर गेला आणि गांधीजींच्या चरख्याची छोटी प्रतिकृती घेऊन परतला. मला ती देत म्हणाला, ‘‘एवढ्या दुखापती होऊनही एकटीने पळणाऱ्या मुलीसाठी ही भेट. तू मला कधीच विसरणार नाहीस अशी आशा आहे.’’

त्याच्या ह्या वागण्यावर काय बोलावे मला कळेना. तेव्हाच मी आयुष्यातला मौल्यवान धडा शिकले. आपण कसे पळतो, किती पळतो यापेक्षाही आपण आपल्याबरोबर पळणाऱ्या सहकाऱ्यांशी कसे वागतो यावरून एक माणूस म्हणून आपली पात्रता ठरते. आपण एक चांगले माणूस बनले पाहिजे, लोकांच्या सदिच्छा कमावल्या पाहिजेत आणि त्या तेवढ्याच मोकळेपणाने वाटल्या पाहिजेत.

हॉटेलवर परत पोहोचेपर्यंत माझ्या डोक्याची जणू शकले होऊ लागली होती. मी चटकन गोळ्या घेतल्या आणि आरशात स्वतःकडे पाहिले.

माझ्याकडे एकटक बघणाऱ्या आरशातील त्या व्यक्तीला मी ओळखूच शकले नाही. मी प्रमाणाबाहेर थकले होते. सगळे काही सोडून देऊन घरी जावेसे वाटत होते. आईच्या मांडीवर डोके ठेवून झोपावे आणि आजारपणात ती सांगत असे त्या गोष्टी ऐकाव्या असे वाटत होते.

मला फार एकाकी वाटले. कोणी तरी आपल्याला मिठी मारावी, आपली समजूत काढावी आणि फक्त म्हणावे, सगळं काही ठीक होणार आहे. बस, एवढेच मला हवे होते.

नवऱ्याला किंवा आई–वडिलांना फोन करण्याचे धाडस माझ्यात नव्हते. फोनवर आपण स्वतःला आवरू शकणार नाही हे मला माहीत होते.

हा माझा एकटीचा प्रवास होता, माझा एकटीचा लढा होता आणि मलाच त्याला तोंड द्यावे लागणार होते .

आता काय करावे याचा विचार करत पलंगावर पडले असतानाच बाबांचा फोन आला. ते मला कधीच इतक्या उशिरा संध्याकाळी फोन करत नसत. माझ्या मनात काय चालले आहे हे त्यांना कसे कळले होते ?

''कशी आहेस बेटा ?'' त्यांच्या आवाजातील प्रेम आणि काळजी मला जाणवली.

''बरी आहे'', एवढेच उत्तर मी दिले.

ते बोलत राहिले, ''तुला मी झोपेतून उठवलं नाही ना ? आज तुझ्या खोलीत

जाऊन तुझे सगळे जुने फोटो पाहत बसलो होतो. तू कायम इतरांपेक्षा वेगळी होतीस. कधी आमचं काही ऐकलं नाहीस. सतत स्वतःच्या मनासारखंच करायचं म्हणून भांडलीस. फार भारी पडायचीस तू आम्हाला!''

आम्ही दोघेही यावर हसलो.

''हो ना पपा, मला खूप वाईट वाटतं त्याचं.'' मी म्हणाले. ''मला आपलेच हसणे ऐकायला विचित्र वाटत होते.'' तो आवाजच विसरायला झाला होता.

पुढे बोलायच्या आधी ते क्षणभर गप्प राहिले. ''नको वाईट वाटून घेऊस बेटा. आणि कायम अशीच रहा. भारी तापट होतीस. आपल्याला काय हवंय हे नेहमीच तुला चांगलं माहीत असायचं. त्यामुळेच तू ह्या पळण्याच्या शर्यतीत टिकून राहिली आहेस आणि पुढे जात आहेस.''

मी परत हसले आणि म्हणाले, ''मी गेंड्याच्या कातडीची आहे बहुतेक!''

''तुला काय काय सहन करायला लागतंय ते सांगणार नाहीस. आम्ही तुझी काळजी करत बसावं असं तुला अजिबात वाटत नाही. तू जे काही सहन करतेयस ते मला ऐकवेल का नाही हेही माहीत नाही. तू ते सगळं लिहावंस असं मात्र मला वाटतं. मला ते वाचायचं आहे आणि अनुभवायचं आहे. आम्हाला तुझा खूप अभिमान वाटतो. इथून पुढचा मार्ग खडतरच होत जाणार आहे हे लक्षात ठेव, पण १५०० किमी पूर्ण होईपर्यंत थांबू नकोस. हसत हसत पुढे जात राहिलं पाहिजेस.''

ह्यावर 'थँक यू पपा' एवढेच मी म्हणू शकले. आणि मग मी त्यांच्याकडे एक मागणी केली. त्या क्षणी ती अगदी चपखल वाटत होती. ''पपा, माझ्यासाठी एक गाणं म्हणाल?''

एकही प्रश्न न विचारता बाबांनी माझे ऐकले... ''हम होंगे कामयाब, हम होंगे कामयाब एक दिन मन में है विश्वास, पूरा है विश्वास, हम होंगे कामयाब एक दिन...''

त्यांचा आवाज भावनातिरेकाने जड झालेला मला जाणवत होता. थांबून ते म्हणाले, ''चिनू, खूप उशीर झालाय. आता तुला झोपायला पाहिजे. गुडनाइट बेटा. लक्षात ठेव, तुझ्याबरोबर निसर्ग आहे.'' माझ्या गालांवर

अश्रू ओघळत होते. ते थांबवायचा मी जराही प्रयत्न केला नाही. पलंगावर कोसळून मी पोटभर रडले आणि मग गाढ झोपून गेले.

दिवस एकोणिसावा

दिवसभर आम्ही अहमदाबादमध्ये पळत होतो. शहरातील काही भाग अशक्य घाण आणि प्रदूषित होते असे आम्हाला दिसले आणि आम्ही हादरलोच. भरून वाहणाऱ्या उघड्या कचरापेट्या होत्या. आणि उकाडा इतका की माझा दमा सुधारायला त्याचा काहीच उपयोग नव्हता. या शहराच्या यशाची जी रमणीय कहाणी ऐकली होती त्यापेक्षा तेथील वास्तव फारच वेगळे होते.

आमचा ताशी वेग कमी झाला होता तसे रोजचे कापायचे आवश्यक अंतरही कमी होत होते. आता फक्त रोजचे ठरलेले अंतर पळून पुढच्या शहरात पोहोचायचे होते. सकाळचे दोनदा आणि संध्याकाळचे एकदा असे पळून आमचे रोजचे अंतर पूर्ण होत होते.

मी स्वतःची चांगली काळजी घ्यायचे ठरविले. मला हे अंतर कणखरपणे पूर्ण करायचे होते आणि माझ्यामुळे माझ्याबरोबर असलेल्या लोकांची गैरसोय होऊ नये असेही वाटत होते.

एव्हाना सूज आणि वेदना कमी झाल्या होत्या. मी चालायचा आणि पळायचा प्रयत्न केला आणि एक-दोन किलोमीटरनंतर माझी स्वतःची थोडी चमत्कारिक का होईना पण लय पकडली.

विश्रांतीसाठी न थांबल्याने मी इतर धावपटूंना गाठू शकले. पण नियतीच्या मनात काही वेगळेच होते.

सारखे लघवीला जायला लागू नये म्हणून मी कमी पाणी पिऊ लागले होते. पळण्याच्या सुरुवातीला माझ्या आईने दिलेला सल्ला मी सपशेल विसरले होते.

शरीरात पाणी कमी झाल्याने अनर्थ ओढविण्याचा आजचा दिवस होता. माझ्या पायाच्या बोटांवर फोड येऊ लागले. त्यातले काही तर भरपूर मोठे होते. मला परत वेग कमी करावा लागला. बाकीचे धावपटू हळूहळू

नजरेच्या टप्प्याबाहेर गेलेले मला दिसत होते. मी थांबून बूट काढले. पायांचे फोड फोडून पुढे जाण्याशिवाय पर्याय नव्हता. मी सेफ्टी पिन घेऊन एकेक फोड फोडू लागले. ड्रायव्हर घाबरला आहे हे दिसूनही मी दातओठ खात ते काम चालू ठेवले. त्याने माझ्याकरता प्रार्थना पुटपुटली आणि तो परत कारमध्ये जाऊन बसला.

सगळ्या जखमांवर टोचे मारल्याने माझी लयही बिघडली. मी स्वतःला तसेच फरफटत पुढे नेले. त्यात भर म्हणजे आकाश अगदी निरभ्र होते. एवढासाही ढगाचा तुकडा नसल्याने मला सावली मिळण्याची काहीही शक्यता नव्हती.

दुपारी मी आणंदला पोहोचले. राज आणि महेश माझ्या पंचेचाळीस मिनिटे आधी पोहोचले होते. मी खूप दमले होते. प्रचंड भूक आणि तहान लागली होती. कधी एकदा हॉटेलवर पोहोचते असे मला झाले होते.

पण हॉटेलवर जाताना एक आश्चर्य घडले आणि आमची सर्वांचीच मने प्रफुल्लित झाली. आम्हाला दुधाची टपरी दिसली आणि आम्ही पटकन काही तरी प्यायला म्हणून थांबलो. आमच्यापैकी काहीजणांनी तर प्रत्येकी सहा बाटल्या दूध प्यायले. थेट बाटलीतून दूध पिताना आमच्यातील लहान मूलच जणू बाहेर आले. लहानपणी आम्हाला सर्वांनाच दूध कसे आवडत नसे आणि आता मात्र ते कसे स्वर्गीय अमृत वाटत आहे याबद्दल आम्ही खूप हसलो आणि चेष्टामस्करी केली. ही दौड आणि रस्त्यावर काढलेले इतके दिवस ह्यामुळे आम्हा सर्वांमध्येच काही तरी बदल झाला होता खास.

दिवस विसावा

४० किमीच्या खुणेपाशी पोहोचल्यावर मला रस्त्यात मेलेला अजगर दिसला.

पळण्याच्या इतक्या लांबलचक शर्यतीत मी रस्त्यावर पडलेले अनेक मृतदेह पाहिले. त्यात काही कलेवरे माणसांचीदेखील होती. त्याची सवय होण्याइतके माझे मन निर्ढावलेले नव्हते. पळत असताना असे दृश्य पटकन ओलांडून पुढे जाता येत नाही. त्याला वेळ लागतो आणि कुजणाऱ्या मांसाचे ते दृश्य तुमचा पाठलाग करत राहते.

अशा दृश्यांनी मला निर्हेतुक आयुष्याचा फोलपणा आणि मृत्यूची अपरिहार्यता ह्याबद्दल विचार करायला भाग पाडले. रस्त्याच्या कडेला पडलेले मेलेले जनावर आणि मेलेला माणूस ह्यात काहीच फरक नाही. मेलेल्या माणसाचे दफन होण्याची शक्यता असते इतकेच. पण कोणताही बदल न घडविता, कोणतीही निशाणी न ठेवता जगलेले आयुष्य दफनविधीच्या लायकीचे नसते. प्रत्येकाला पृथ्वीवर राहण्यासाठी जो अल्पसा वेळ मिळालेला असतो त्या वेळात काही तरी ठसा उमटविण्याची संधी आपल्याकडे असते. ती न घेणारे लोक जनावराचेच मरण मरतात... कोणत्या तरी रस्त्याच्या कडेला एक कुजलेला मांसाचा ढीग बनून मातीत मिसळून लवकरच विसरून जाण्यासाठी. ह्या विचाराने मला अजून चांगले पळण्यासाठी प्रेरणा मिळाली. आपण पायाखाली तुडवत असलेल्या जमिनीवर मला माझी निशाणी बनवायची होती. वेळ निघून चालली होती. आम्ही दुपारी बडोद्याला पोहोचलो. इतरांपेक्षा मी दोन तास उशिराने पोहोचले. गुजरातमधील ऊन आणि दमटपणा ह्यामुळे सर्वच धावपटूंना भयंकर त्रास होत होता. त्यात भर पडली होती ती कचरा, प्लास्टिकचे ढीग, फेकून दिलेल्या बाटल्या आणि इतर घाण असलेल्या खेदजनक दृश्यांची. हे सर्व नाहीसे करायचे म्हटले तरी त्याला दशके लागणार होती. पण मागच्या वर्षी आपण ह्याच रस्त्याने शर्यत पूर्ण केली हे माहीत असल्याने कशालाही न जुमानता पुढे जात राहण्याचा आत्मविश्वास या सर्व अनुभवी धावपटूंकडे होता.

संध्याकाळी आम्ही शहरात पळलो. एव्हाना सर्व देशभरातून आमच्यावर पाठिंबा, कौतुक आणि शुभेच्छांचा वर्षाव होत होता.

शिवाय राज खासच आनंदात दिसतोय हे माझ्या लक्षात आले. त्याला सुरतमध्ये त्याच्या घरचे भेटणार असल्याने तो एवढा खूष आहे असे अपूर्बने सांगितले. अरविंदनेही असेच माझ्यासाठी यावे अशी मी मुक्याने इच्छा करत राहिले.

दिवस एकविसावा

आम्ही चांगलेच बिचकत अंकलेश्वरला पोहोचलो. प्रदूषणामुळे धाप लागू नये म्हणून मी पळायच्याऐवजी चालायला सुरुवात केली. सुदैवाने मी

एकटीच नव्हते. माझ्याबरोबर अजून एक पाहुणा धावपटू होता.

रासायनिक वायू आणि कारखान्यांमधून बाहेर पडणारा धूर यांनी अंकलेश्वरची हवा भरून गेली होती. केवळ सांडपाणी आणून सोडल्याने नद्या आणि तलाव मृत होऊन नुसती प्रदूषित पाण्याची डबकी साठून राहिली होती. मला हे बघून धक्काच बसला. इथे कर्मचारीवर्ग टिकावा म्हणून कंपन्या त्यांना अत्यंत आकर्षक पगार आणि भत्ते देतात असेही मला कळले. केवळ अधिक पैशाच्या लालचीने पालक आपल्या मुलांना ह्या असल्या नरकात ढकलतात ह्यावर माझा विश्वासच बसत नव्हता.

माझ्या नाकातून रक्त येऊ लागले. हॉटेलवर पोहोचल्या पोहोचल्या मी नेब्युलायझेशनची मात्रा घेण्यासाठी आपल्या खोलीत पळाले. खिडकीतून बाहेर पहिले, तर गजबजलेले रस्ते आणि धूर ओकणाऱ्या चिमण्या सोडून काहीही दिसत नव्हते. एवढ्या अघोरीपणाबद्दल लोक इतके उदासीन का आहेत हेच मला कळत नव्हते.

आमच्यातील पाहुणा धावपटू वरुण ह्याच्या भाच्याला मी भेटले.

त्या मुलाला दमा होता. त्या दोघांशी बोलताना आम्हाला कळले, की अंकलेश्वरच्या रहिवाशांना त्वचेच्या आणि फुफ्फुसाच्या दीर्घकालीन विकारांनी पिडले होते. शिवाय तेथे कर्करोगाचे प्रमाणही खूप जास्त होते. आश्चर्य म्हणजे वरुणच्या भाच्याला खास मला भेटण्याची खूप इच्छा होती असे कळले. मी आपल्या दम्यावर मात करून ही शर्यत कशी पळत आहे हे त्याला जाणून घ्यायचे होते. एका तरुण, कोवळ्या मुलाच्या आयुष्यात आपल्यामुळे काही फरक पडू शकतो हे बघून मला फार आनंद आणि समाधान झाले.

नंतर लॉबीमध्ये असताना तेथून दिसणाऱ्या कॉफीशॉपकडे आमची नजर गेली. प्रतिष्ठित दिसणारे आणि उत्तमोत्तम सूट घातलेले काही सदगृहस्थ आम्हाला तेथे दिसले. बहुधा अंकलेश्वरमधील कारखान्यांचे ते उच्चपदाधिकारी असावेत. निरक्षर माणसापेक्षाही शिकलेला माणूस जास्त धोकादायक असतो. निसर्ग आणि माणूस यांचा मोठ्या प्रमाणावर विध्वंस करायला तोच जबाबदार असतो. कारण वाट्टेल ती किंमत देऊन त्याला पैसा कमवायचा असतो. विकास आणि प्रगतीची एवढी मोठी किंमत चुकवायला

लागावी हे काही बरोबर नाही. आपल्याच जगाचा नाश न करता नैतिक मार्गाने प्रत्येकासाठी पुरेशी संपत्ती निर्माण करणे शक्य असलेच पाहिजे.

एक इंग्रज माणूस एकटाच बसलेला मला दिसला. मी त्याच्याकडे बघून हसले आणि 'तुमच्याबरोबर बसू का' असे विचारले. जरा आश्चर्यानेच त्याने माझे स्वागत केले. पळण्याच्या पोशाखात हॉटेलच्या कॉफीशॉपमध्ये जाताना मी अगदीच विचित्र दिसले असणार.

त्याने ह्याची दखल घेतल्याचे दाखवत नम्रपणे विचारले, ''तू काही कॉर्पोरेटमधली वाटत नाहीस. आई-बाबांबरोबर आलीयेस का?'' मी हसून त्याला सांगितले, की पर्यावरणाविषयी जागृती निर्माण करण्यासाठी दिल्ली ते मुंबई असे एकूण १५०० किमी अंतर तीस दिवसांत पळणाऱ्या सहा लोकांच्या संघात मी आहे. त्याला अर्थातच नवल वाटलेले दिसले. तो म्हणाला, ''म्हणजे तू दिल्लीपासून इथपर्यंत पळत आलीयेस असं तुला म्हणायचंय? जबरदस्त! आतापर्यंत किती किलोमीटर झाले?''

मी उत्तर दिले, ''१२०० किमीपेक्षा थोडेसे जास्त.''

''पण तू तर खूपच ताजीतवानी दिसतेयस. बिलकूल दमल्यासारखी वाटत नाहीयेस.'' तो म्हणाला.

''हां, कारण मी आत्ताच अंघोळ करून स्वच्छ कपडे घातलेत.''

यावर तो हसून म्हणाला, ''इतक्या कर्तृत्ववान व्यक्तीबरोबर बसल्याने मला फारच विशेष वाटतंय. दुर्दैवाने मी इथली स्थानिक वर्तमानपत्रं वाचत नाहीये, नाही तर मी तुला असले रटाळ प्रश्न विचारलेच नसते. सध्या अख्ख्या देशभर तुमची नावं गाजत असतील ना?''

त्याला काय उत्तर द्यावे मला कळेना. एवढा इतिहास घडवत असतानाही आमची विशेष दखल घेतली जात नव्हती, ह्या कटू सत्याशी सामना करायला आम्ही झगडत होतो.

मी म्हणाले, ''स्थानिक चॅनेलवर आमच्याबद्दल बातमी नाहीये. आमच्या संघप्रमुखाचं थोडंफार छायाचित्रण राष्ट्रीय चॅनेलवर दिसतं. पण आमच्यापरीने आम्ही फेसबुकवरून संदेश पोहोचविण्याचा प्रयत्न करतोय.

खूप काही लोक आमच्याकडे लक्ष ठेवून आहेत असं नाही, पण रोज काही पाठीराखे आम्हाला वाटेत येऊन भेटतात आणि एखादा दिवस आमच्याबरोबर पळायलाही येतात.''

त्याला आमची अवस्था कळली असावी. तो म्हणाला, ''हेच जर तुम्ही युरोपमध्ये केलं असतंत तर त्याला कितीतरी प्रसिद्धी मिळाली असती. अर्थात तुम्ही जे काही केलंत ती तर फक्त सुरुवात आहे, आणि सुरुवात करणाऱ्याला कायमच खूप अडचणी येतात. पुढे जाऊन जे तुमचं अनुकरण करतील त्यांना अधिक चांगली संधी आणि वागणूक मिळू शकेल.''

स्वतःबद्दलच बोलत राहायला मला संकोच वाटू लागला म्हणून मी त्याची आणि त्याच्या कामाची चौकशी केली. जगातील सर्वांत मोठ्या रासायनिक कारखान्याच्या वरिष्ठ कार्यकारी गटाचा तो सभासद होता.

त्यावर विचार न करता मी बोलून गेले, ''अच्छा, म्हणजे जगात सर्वाधिक प्रदूषण करणाऱ्या कारखान्याचे तुम्ही भाग आहात तर!''

त्याला धक्का बसलेला दिसला आणि काही उत्तर देण्यापूर्वी तो मिनिटभर गप्प राहिला. अलीकडेच आम्ही पर्यावरणाचं रक्षण करता यावं आणि आमच्या निर्मिती आणि प्रक्रिया करणाऱ्या यंत्रणेत बदल करून प्रदूषण कमी करता यावे म्हणून बरेच प्रयत्न करत आहोत.''

''सर, तुम्ही हा निर्णय घेतल्याबद्दल धन्यवाद. यामुळे पुढच्या पिढ्या तरी अधिक चांगल्या अवस्थेत आणि रोगमुक्त राहू शकतील.'' मी म्हणाले. न बोलता आम्ही आपापले जेवण संपविले. जायच्या आधी त्याने मला आपल्याबरोबर एक फोटो काढायची परवानगी विचारली. आपल्या घरी परत गेल्यावर त्याला माझी कहाणी मित्रमंडळींना आणि घरच्यांना सांगायची होती.

अंकलेश्वरबद्दल मनात भीती असतानाही आम्ही संध्याकाळी जेथे गेलो त्या ओएनजीसी कॉलनीमधील जॉगर्स पार्क मला फार आवडले. शहरातील तो एक लहानसा का होईना पण हिरवागार भाग होता. तेथील व्यवस्थित आखलेल्या मार्गावर आम्ही पळत असताना आणि लोकांशी बोलत असताना मला एक लहान मुलगी दिसली. ती आणि तिच्या मैत्रिणी

माझ्याकडे काहीशा कुतुहलाने बघत होत्या. मी त्यांच्याकडे बघून हसले आणि थांबले, पण पुढे होणाऱ्या हल्ल्याची मला कल्पना नव्हती. ''तू एवढे तोकडे कपडे कशाला घातले आहेस?'' तिने मला थेटच विचारले.

मी एक धावपटू आहे आणि अशा कपड्यांमुळे मला जलद पळता येते, हे मी तिला सांगितले, पण तिची आणि मैत्रिणींची समजूत पटलेली दिसत नव्हती.

बाकीच्या पळणाऱ्या लोकांकडे बोट दाखवून त्या म्हणाल्या, ''ते काका केवढे जोरात पळतायत. तू त्यांच्यासारखं पळायला पाहिजेस.'' मी हसून मान डोलावली. पण त्यांचे बोलून झाले नव्हते. अजून एक सल्ला द्यायचा बाकी होता, ''पुरुषांसारखे कपडे घालणं बंद करून मुलींसारखे कपडे घालायला लाग.''

मी अवाक झाले. एवढ्या आंतरराष्ट्रीय कंपन्या असलेल्या शहरातदेखील लोकांनी आपल्या मुलांना चाकोरीबाहेर जाऊ दिले नव्हते हे बघून मला फार वाईट वाटले. मुलींनी काय घालावे आणि काय घालू नये याबद्दलचे पूर्वग्रह त्यांच्या मनावर बिंबवले जात होते हे बघून फारच नाउमेद व्हायला झाले. अशानेच मुलीचे दिसणे हीच तिची ओळख होऊन बसते आणि इतरांबद्दलही त्यांच्या कपड्यांवरून ती मत बनवू लागते.

मी त्या लहान मुलींना मिठी मारून त्यांचा पापा घेतला आणि परत पळायला सुरुवात केली. पण माझे मन अधिक वेगाने धावत होते. एवढ्या लहान मुलीला कोणाच्याही दिसण्याने इतका फरक पडावा यावर माझा विश्वासच बसत नव्हता. किशोरावस्थेत असताना फॅशन म्हणजे काय हे मला माहीतही नव्हते. लग्नाच्या किंचित आधी मी कान टोचून घेतले होते. माझ्या आई-वडिलांनी मला काय शिकवले असेल, तर हाती घेतलेले काम तडीस न्यायचे आणि आपले नाणे जगाला खणखणीत वाजवून दाखवायचे. हवे ते कपडे घालण्यापासून त्यांनी मला कधीच रोखले नाही. असल्या मूर्ख कल्पना त्यांनी माझ्या डोक्यात भरविल्या असत्या तर मी आज इथे नसते. लग्नानंतर तर नाहीच नाही.

थोडेसे पळून झाल्यावर आम्ही बागेतच हास्यविनोद करत बसलो होतो. तेवढ्यात अपूर्वने सांगितले की त्याची बायको त्याला सुरतमध्ये भेटणार आहे. मला पुन्हा एकदा अरविंदची खूप आठवण आली, पण परत विमानाने

मला भेटायला यायचे म्हणजे आमचा खिसा चांगलाच हलका होणार हेही मला कळत होते.

मात्र, त्या रात्रीच अरविंदचा फोन आला. थोडेफार बोलून झाल्यावर तो म्हणाला, ''उद्या भेटूच. गुडनाइट.'' आणि त्यांनी फोन ठेवून दिला. मला शांत वाटले.

दिवस बाविसावा

१२ मे २०१२

आम्ही अंकलेश्वरवरून सुरतच्या दिशेने पळायला सुरुवात केली.

आमचे १२५५ किमी पार झाले होते. आज अरविंद भेटणार या विचारानेच मी स्वतःला पुढे ढकलत होते.

मी खूप आनंदात होते. माझा आत्मविश्वास वाढला होता. पळण्याच्या मार्गावरील सर्वांत मोठा अडथळा आपण पार केला आहे अणि इथून पुढचा रस्ता फारच सुकर असणार आहे असे वाटत होते. मुक्कामाचे ठिकाण फारच जवळ आल्यासारखे वाटत होते.

आमचा प्रवास तर आता संपत आला होता, पण नवीन आणि अप्रिय असे काही तरी आपले बीभत्स डोके वर काढत होते.

जसजसे आम्हाला अधिकाधिक धावपटू येऊन मिळत होते तसतसे मदतनीसांबरोबरचे खटके वाढू लागले होते.

नवीन येणाऱ्या धावपटूंना प्राथमिक सुविधा (किंवा सुविधांचा अभाव) मिळण्याबाबत असलेल्या अडचणींची कल्पना दिली गेली होती. त्यामुळे हे सर्व धावपटू आपापली सोय करत होते. पग तरीही पळताना आम्ही एक संघ म्हणूनच पळत असल्याने त्यांच्याकडचा पाण्याचा किंवा गरजेच्या इतर गोष्टींचा साठा संपला तर ते स्वाभाविकपणे आमच्या मदतनीसांना विचारत. पण आम्ही आणि ते ह्या दोन गटांमधील फरक दिवसेंदिवस ठळक होत चालला होता आणि सर्वांनाच अस्वस्थ करत होता.

पाणी द्यायला कित्येक वेळेस नकार दिल्याने पाहुण्या धावपटूंची वारंवार कुचंबणा होऊ लागली होती.

मात्र, एवढ्या अडचणी असूनही जसजसे आम्ही सुरतजवळ पोहोचलो तसतशी माझी उत्सुकता कैक पटींनी वाढली.

अपूर्बचा चेहरादेखील पळताना अधिक हसरा होऊ लागला होता. राज अगोदरच आपली बायको ज्योती हिच्याबरोबर पळत होता. ती आदल्याच दिवशी अंकलेश्वरला आम्हाला सामील झाली होती.

अखेर आम्ही सुरतला– आपल्या देशातील हिऱ्यांच्या राजधानीला पोहोचलो. आमच्यापैकी तिघेजण आपापल्या प्रिय व्यक्तीला भेटणार होते.

मी शक्य तितक्या ताकदीने पळत होते. माझे उत्तम चालले आहे आणि ही दौड मी कोणतीही अडचण न येता संपवू शकते, हे मला नवऱ्याला दाखवायचे होते. पण आपली ढब बदलली आहे आणि आपण लंगडत आहोत हेही मला कळले होते.

पळून झाल्यावर जेव्हा आम्ही हॉटेलवर पोहोचलो तेव्हा अरविंदच्या कुशीत शिरून झोपण्यापलीकडे मी दुसरे काही करूच शकले नाही.

२३

विद्रूप

दिवस तेविसावा

थोडेसेच अंतर उरल्याने २० मेच्या आधी पळणे संपवायचे असे आम्ही ठरविले.

मिलिंदने आम्हाला माहिती दिली : ''गोरेगाव पूर्वमधून निघून पश्चिम अंधेरीमधील यशराज स्टुडिओपर्यंत पळायचे. अंतर आहे १० किमी. आयोजकांनी सांगितल्यानुसार आपल्याला २० मेपर्यंत शर्यत संपवावी लागेल. पुढच्या एक-दोन दिवसात आपण १५०० किमी संपवू आणि नंतर आपला संदेश देण्यासाठी २० मेपर्यंत पळत राहू.'' सुरतवरून आम्हाला खूप मोठ्या संख्येने धावपटू येऊन मिळाले. संघात खूप साऱ्या स्त्रिया आलेल्या बघून मला फार आनंद झाला. आमची सुरुवात चांगली झाली. मात्र, लवकरच माझा दुखावलेला गुडघा परत त्रास देऊ लागला.

अरविंदने त्याच्या सुरतमधील एका मैत्रिणीला- मेहेक चौधरीला फोन केला. ती मला आपल्या वडिलांना दाखवायला घेऊन गेली. ते अस्थिरोगतज्ञ होते.

डॉ. राजीव राज चौधरींनी मला तपासले. अधूनमधून ते विचारत होते, ''इथे दुखतंय का? इथे काही वेदना जाणवतीये का?''

''मला माहीत नाही.'' शेवटी मी म्हणाले, ''माझी दुखण्याची व्याख्याच बदलली आहे.''

''बरं तर, मला असं वाटतंय की तुला स्ट्रेस फ्रॅक्चर झालंय. हे बघ मुली, मी तुला सरळच विचारतो. तुला हे नक्की कशाने झालंय हे मी बघायला हवंय का फक्त तुझं दुखणं कमी व्हावं म्हणून मी मदत करू?''

''आपल्याला काय झालंय हे मला माहीत करून घ्यायचं नाहीये. फक्त माझं लंगडणं कमी व्हावं आणि पळताना वेदना कमी व्हाव्यात यासाठी मदत हवीये. माझं पळणं जवळजवळ पूर्ण होत आलंय. मला आता ते संपवूनच टाकायचंय.'' मी निर्विकारपणे म्हणाले.

डॉक्टरांनी मला कॉम्प्रेशन सॉक्स, कॅल्शियम आणि व्हिटामिनच्या गोळ्या दिल्या. पायांवरील फोडांना व्हॅसलिन लावण्यास सांगितले. मी नवीन शूज घ्यावेत असेही त्यांचे म्हणणे होते. आणि नशिबाने अरविंदने ते आधीच घेऊन ठेवलेले होते.

मला जाऊ देण्याआधी ते म्हणाले, ''तू पळत राहावंस अशीच माझी इच्छा आहे. अंतिम रेषा ओलांडेपर्यंत दुखण्याची काहीही चिंता करू नकोस. माझे आशीर्वाद तुझ्या पाठीशी आहेत. मात्र, मला वचन दे, की पुन्हा पळायला सुरुवात करायच्या आधी तू डॉक्टरांकडे जाशील, व्यवस्थित आराम करशील आणि पाय पूर्ण बरा होईपर्यंत थांबशील.''

त्यांचे आभार मानायला माझ्याकडे शब्दच नव्हते. ''तुमचे किती पैसे द्यायचे?'' मी विचारले.

ते हसून म्हणाले, ''१५०० किमी!''

मेहेक आणि माझा नवरा औषधांच्या दुकानात गेले असताना मी हॉस्पिटलबाहेर थांबले होते, तेव्हा व्हीलचेअरवर बसलेली एक अपंग मुलगी दिसली. ती माझ्याकडे वारंवार बघत होती म्हणून मी तिच्याशी बोलायला गेले. हसून ती म्हणाली, ''तू खेळाडू आहेस?''

''मी धावपटू आहे, पण खेळाडू म्हणण्याइतकी उत्तम नाही.''

''मीही एक चांगली धावपटू होते. एका अपघातात माझे पाय गेले. पण लवकरच मीही पळायला सुरुवात करेन.''

त्या मुलीचा आत्मविश्वास आणि श्रद्धा बघून मला आश्चर्य वाटले. मी विचारले, ''किती वर्षांची आहेस तू?''

अभिमानाने तिने सांगितले, ''अकरा वर्षांची. आणि लवकरच मला बारा पूर्ण होतील.'' तरी टीनएजर व्हायला अजून एक वर्ष अवकाश आहे.

तिच्या बोलण्याचा एकूण आव बघून मला हसू आल्याशिवाय राहिले नाही. ती चांगलीच चुणचुणीत होती आणि तिच्यात जबरदस्त आत्मविश्वास होता. तिला काय झाले आहे हे जाणून घ्यावेसे वाटत होते, पण काही विचारायचा मला धीर झाला नाही.

पण ती बोलतच राहिली, ''लवकरच ते मला कृत्रिम पाय बसवणार आहेत. आणि मग एक-दोन महिन्यांत मी चालायला आणि पळायला लागेन. मला एकदम भारी वाटतंय, पण जरा काळजीही वाटतेय. मला कधी बॉयफ्रेंड मिळेल का?''

लहान मुली शेवटी सगळ्या अशाच. ''फक्त तुझ्या दिसण्यावर प्रेम करणाऱ्याचा तुला काय उपयोग? तू जशी आहेस तशी आवडणारा कोणी तरी तुला पाहिजे.'' मी तिला सांगितले.

ती विचारात पडलेली दिसली. ''हम्म- ते खरंय, पण आता एकाही मुलाला मी आवडत नाही. सगळ्यांना माझी फक्त दया येते.''

''एक दिवस तू प्रत्येक पुरुषाला हवीहवीशी वाटावी अशी स्त्री होशील. तोपर्यंत थांब.''

"मी तुझ्यासारखंच व्यवस्थित व्हावं म्हणून प्रार्थना करशील? तुझे पाय फार सुंदर आहेत." मी तिला मिठी मारून म्हटले, "देव तुझं भलं करो." लागोपाठ दुसऱ्यांदा मला अशी मुलगी भेटली होती जी शारीरिक सौंदर्य सोडून दुसरे काही बोलायलाच तयार नव्हती. ज्या पद्धतीने आपल्या समाजात मुलींना स्वतःकडे बघायला शिकविले जाते त्यात आपण आपल्यापरीने बदल घडवून आणायचा प्रयत्न करायचा, असे त्याच क्षणी मी ठरविले. आयुष्य म्हणजे नुसते छान दिसणे नव्हे, हे त्यांना दाखवून देण्याची फार गरज होती.

दिवस चोविसावा

सकाळी उठून पाहिले, तर सर्व तयारीनिशी आमच्याबरोबर पळण्यासाठी आलेले दोन नवीन धावपटू मला दिसले– क्षितिज शर्मा आणि ऐशोर्ज्यो घोष.

आता आम्ही दहा लोक वलसाडच्या दिशेने पळत होतो.

औषधांचा चांगला उपयोग झाल्याने कोणतीही वेदना न जाणवता मी पळू शकत होते. त्याने माझा वेगही कमी होत नव्हता.

आता फक्त शंभर–दोनशे किलोमीटर बाकी राहिल्याने वेगवेगळ्या चर्चांना उधाण आले होते. पळण्याची सांगता कशी करायची? शेवटच्या दिवशी आपण काय करणार? आपला वेग काय असला पाहिजे? काय धोरण अवलंबले पाहिजे? एक गोष्ट मात्र नक्की होती– आम्हाला सर्वांनाच आपापल्या जुन्या आयुष्याव्यतिरिक्त काही तरी वेगळे अनुभवायची इच्छा होती.

आपले ठरलेले अंतर तीस दिवसांच्या आतच पूर्ण होणार म्हणून काहीजणांना वाईट वाटत होते.

मिलिंदने चेष्टेत महेश, सज्जन आणि मला शेवटच्या १० किमीसाठी थोडी ऊर्जा राखून ठेवायला सांगितले. शेवटच्या दिवशी मुंबईतील चॅनेलच्या स्टुडिओपर्यंत जायला आम्हाला तेवढे अंतर कापावे लागणार होते.

मात्र मीडियाने आमच्यावर टाकलेल्या बहिष्काराच्या कृपेमुळे आम्हाला चॅनेलच्या स्टुडिओमध्ये जाण्यात काहीच रस नव्हता . आम्हाला फक्त आपल्या पळण्याची व्यवस्थित सांगता करून घरी जायचे होते. पण अखेर आम्ही सर्वांनी मिलिंदच्या प्रस्तावाला मान्यता दिली.

आम्हाला सर्वांनाच स्वतःला अजून थोडे पुढे रेटून १५०० किमीपेक्षा जास्त अंतर कापावे असे वाटत होते.

दुपारी आम्ही वलसाड शहरात पोहोचलो. ठराविक वेळेचे बंधन उरले नसल्याने आम्ही कोणत्याही दडपणाशिवाय पळालो.

दिवस पंचविसावा

आम्ही वलसाडच्या अतुल्य विद्यालय नावाच्या एका स्थानिक शाळेत पोहोचलो. त्या शाळेतील मुख्याध्यापकांसह विद्यार्थी, शिक्षक आणि इतर कर्मचारी आमच्या पळण्यात सामील झाले.

मी पळायचे-चालायचे असा परिपाठ चालू ठेवला. माझी तब्येत सुधारत होती, पण स्वतःला गरजेपेक्षा जास्त रेटावेसे मला वाटत नव्हते. तो फारच प्रसन्न दिवस होता आणि सकाळच्या वेळात आम्ही ३५ किमी पार केले.

शाळेचे मुख्याध्यापक अत्यंत काटेकोर होते. आमच्या स्वागताला उत्कृष्ट सँडविचेस, बिस्किटे, चिप्स, चहा आणि भरपूर पाण्याची सोय केली होती.

हॉटेलवर पोहोचल्यानंतर आम्हाला सहसा अशाच प्रकारची मेजवानी मिळत असे. फक्त ही शाळा असल्याने एरवी असणारी कोल्ड कॉफी येथे नव्हती एवढेच.

मदतनीसांनी मात्र व्यवस्थित पूर्वतयारी करून कोल्ड कॉफीची सोय केलेली दिसत होती, पण फक्त मिलिंदकरता.

जेव्हा राजने थोडीशी कोल्ड कॉफी मागितली तेव्हा त्यांनी त्याला साफ नकार दिला. ''ती फक्त मिलिंदसाठी आहे, तुमच्यासाठी नाही.'' व्यवस्थापक म्हणाला. राजचे डोके फिरले आणि त्याची मदतनीसांबरोबर बोलाचाली झाली. वातावरण तप्त झाले. सर्वजण शाळेत जमलेलो

असल्याने लहान मुलांसमोर तमाशा नको म्हणून आम्ही भांडणाऱ्या दोन्ही गटांना शांत करायचा प्रयत्न केला.

आता अजून काही वाईट होऊ नये अशी हॉटेलवर परत जाताना मला आशा वाटत होती. पण ह्यापेक्षाही भयंकर काही तरी घडणार आहे ह्याची तिळमात्र कल्पना नव्हती.

राजचे अजून समाधान झाले नव्हते.

हॉटेलवर पोहोचल्या पोहोचल्या त्याने परत मदतनीसांना जाब विचारायला सुरुवात केली.

बंद दरवाज्याच्या मागे नक्की काय झाले मला माहीत नाही, पण राज आपले सामान आवरू लागला आहे, असे मला अपूर्बने सांगितले. माझा विश्वासच बसेना.

व्यवस्थापकाने राजविरुद्ध आयोजकांकडे तक्रार केलेली दिसत होती आणि मिलिंदने राजला कार्यक्रम सोडून जायला सांगणे अपेक्षित होते. मी त्याच्या खोलीकडे धाव घेतली. मिलिंद सोडून इतर सर्व धावपटू तेथे होते. मिलिंद आपल्या खोलीत आयोजकांशी बोलून ह्या प्रश्नावर मार्ग काढायचा प्रयत्न करत होता.

राजने सोडून जाऊ नये म्हणून मी त्याच्या खूप विनवण्या केल्या. आम्ही त्याला आपला अहंकार थोडा बाजूला ठेवायला सांगितले. त्याने आत्तापर्यंत एवढ्या गोष्टींवर पाणी सोडले होते आणि आता केवळ आयोजकांमुळे त्याने शर्यतीच्या बाहेर जावे हे आम्हाला मान्य नव्हते. त्याने पळणे संपवावे आणि उजळ माथ्याने सर्वांना सामोरे जावे असे आम्हाला वाटत होते. पण आमचे सर्व प्रयत्न निष्फळ ठरले.

राजला आपल्या मनावर ताबा ठेवता न आल्याने आगीत तेल ओतले गेले होते. मिलिंदने व्यवस्थापकाची समजूत घालायचा थोडाफार प्रयत्न केला, पण त्याचा फारसा उपयोग झाला नाही.

दरम्यान, आयोजकांशी बोलून मिलिंद परत आला आणि निर्विकारपणे म्हणाला, ‘‘राज, तू एखाद्या लहान मुलासारखा वागलास. काही अडचण

असेल तर तू मला सांगायला पाहिजे होतंस. तुला एवढं भडकायची काय गरज होती? शिवीगाळ करण्याला क्षमा करता येणार नाही. ह्या मदतनीसांशी भांडण करण्यात काहीच मतलब नव्हता. त्यांच्या लेखी आपण कोणीच नाही.''

राजने त्याचा मुद्दा सोडला नाही. ''ते उद्धटपणे वागत होते. आणि त्यांना जाब विचारण्यात मी काहीही चूक केलेली नाही. मी भडकलो, कारण आत्तापर्यंत मी खूप ऐकून घेतलं होतं. मी काही माफी मागणार नाही.''

मिलिंदला त्याची बाजू समजली असावी; पण आयोजकांचा आदेश त्याला धुडकावता येणार नाही हे तर उघड होते. ''मी तुला जायला सांगावं अशी त्यांची इच्छा आहे.'' हताशपणे खांदे उडवत त्याने सांगितले.

आम्ही सर्व एकदम शांत होतो. वातावरण तंग झाले होते. अखेर राजने विचारले, ''मी पळालो तर चालेल ना?''

मिलिंद त्याच्या खांद्यावर थोपटत म्हणाला, ''होय तुला पळता येईल, आणि तू पळालंच पाहिजेस. तसंही तुला मदतनीसांची काही आवश्यकता नाही. तू माझी कार घेऊ शकतोस. आपण पर्यावरणासाठी पळत आहोत, मदतनीसांसाठी नाही. त्यामुळे आरामात पळ.''

राज त्याचे पळणे चालू ठेवेल आणि १५०० किमी पूर्ण करेल असे आम्ही ठरविले. मात्र, त्याने हॉटेल सोडावे आणि मुंबईवरून आलेल्या इतर धावपटूंना सामील व्हावे असे ठरले.

संध्याकाळी आम्ही दमणच्या दिशेने पळण्यास सुरुवात केली.

लांबूनच मी सर्व संघाला पळताना पाहिले आणि गोष्टी पूर्ववत व्हाव्यात असे तीव्रतेने वाटले. ते सर्वचजण खोलवर कुठे तरी दुखावले गेले होते. ही शर्यत शरीरापेक्षाही मनाचा कस लावणारी ठरेल असे मला वाटले नव्हते.

गोष्टी फार पटापट बिघडत चालल्या होत्या. घडून गेले ते सगळे एक दुःस्वप्न असावे आणि त्यातून आपल्याला लवकरच जाग यावी असे मला फार वाटत होते. सर्व काही पूर्ववत व्हावे म्हणून मी प्रार्थना करत होते. कोणाला फोन करावा, कोणाशी बोलावे असे अजिबात वाटत नव्हते.

त्यामुळे मी झोप लागेपर्यंत आयपॉड चालू ठेवला.

दिवस सव्विसावा

उठून तयार होऊन पळण्यापूर्वीची कॉफी आणि नाश्ता घ्यायला मी लॉबीमध्ये गेले. तिथे अपूर्ब एकटाच बसलेला दिसला, आणि तेव्हा मला तीव्रतेने जाणवले की राज आता नाही. अपूर्बदेखील उदास होता. सोबतीला त्याला राज हवा होता. कित्येक दिवस, आठवडे ते एकाच खोलीत राहत होते. एकत्र पळाले होते, त्यांनी एकमेकांना प्रोत्साहन दिले होते आणि विजयाचा आनंद एकमेकांबरोबर वाटून घेतला होता. आता ते सगळे संपले होते.

पळायला सुरुवात करायच्या आधी मी आपले नशीब अजमावून बघायचे ठरविले आणि राजच्या वतीने मदतनीसांची माफी मागितली; पण त्यांनी सरळ माझ्याकडे पाठ फिरविली आणि यात ढवळाढवळ न करण्याचा सल्ला दिला. मला पुढे काय करावे सुचेना.

पळायला सुरुवात झाल्यावर राज इतर नवीन धावपटूंबरोबर पळताना दिसला. त्याला निदान सोबत तरी आहे ह्या विचाराने मला बरे वाटले.

अखेरीस आम्ही सर्वचजण राजबरोबर पळू लागलो आणि मिलिंदची कार त्याच्या मागे जाऊ लागली. मात्र, त्याची पळण्याची इच्छाच जणू संपली होती. त्याच्या मनाचे दरवाजे बंद झाले होते आणि हळूहळू शरीरही जसे बंद पडत चालले होते. पण आम्ही त्याची साथ सोडली नाही. आमच्याबरोबर पळणारे पाठीराखे धावपटूही त्याला सोडत नव्हते हे फार सुखद दृश्य होते. त्या दिवसापुरते आम्हीच त्याचे मदतनीस झालो.

आता मला एकच प्रश्न सतावत होता, तो म्हणजे ह्या शर्यतीचा शेवट सुखद होणार का नाही? साधारण २० किमीनंतर आम्ही महामार्गावर चालायला सुरुवात केली.

❖❖❖

२४

स्वप्नांची सांगता

दिवस सत्ताविसावा

सकाळ आता पूर्वीसारखी राहिली नव्हती. ना आम्ही एकत्र चहा घेतला ना लॉबीत एकत्र बसलो. तयार होऊन शांतपणे बाहेर पडलो. सगळेच एकमेकांना टाळत आहेत असे वाटत होते.

आमच्याबरोबर पळणाऱ्या पाठीराख्या धावपटूंना आमच्यासारख्याच आपापल्या अडचणी होत्या, आव्हाने होती; पण त्यांना काही हवे आहे का किंवा त्यांना काय वाटत आहे हे कोणीही विचारले नाही. त्यांच्यापैकी दोघांनी– वरुण आणि कविन यांनी दुसऱ्या दिवशी मुंबईला परत जायचे ठरविले. त्यांना थांबवावे असे मला फार वाटत होते; पण आता परिस्थिती फारच हाताबाहेर गेली होती.

जड अंतःकरणाने आम्ही हॉटेलवर परत आलो. तेव्हाच मला

राजचा फोन आला. त्याला काही महत्त्वाच्या विषयावर चर्चा करण्यासाठी मला एकटीलाच हॉटेलबाहेर भेटायचे होते.

मी खाली गेले तेव्हा राज आणि अपूर्ब चर्चेत गढून गेलेले मला दिसले. क्षणभर वाटले, हे सगळे पूर्वीसारखेच आहे- मी सकाळी पळून झाल्यावर त्यांच्याबरोबर जेवायला आले आहे आणि सर्व काही होते तसेच आहे. दुर्दैवाने ते तसे नव्हते.

राजचा निश्चय झालेला दिसत होता. तो हे सगळे सोडून देऊन घरी जाणार होता. हे ऐकून मी आणि अपूर्बने त्याला घाईघाईने यापासून परावृत्त करायचा प्रयत्न केला; पण तो काही ऐकेचना. १५०० किमी पूर्ण करायला आम्हाला सगळ्यांना अजून एकच दिवस हवा होता.

ह्या टप्प्यावर येऊन त्याने सगळे काही उधळून लावावे असे आम्हाला वाटत नव्हते. मी राजच्या बायकोला, ज्योतीला फोन केला आणि काय घडले ते तिला थोडक्यात सांगितले. तिने त्याच्याशी बोलण्याचे आणि यातून मार्ग काढण्यासाठी उद्या आम्हाला येऊन भेटण्याचे आश्वासन दिले. मला बरे वाटले.

संध्याकाळी पळताना आमच्या आणि आयोजकांच्या मध्ये एक अभेद्य भिंत उभी राहिली आहे असे मला वाटत होते. परत आल्यावर मी सज्जन आणि महेशला राजच्या वतीने खिंड लढवायची विनंती केली; पण त्यांना यात पडायचे नव्हते. जड अंतःकरणाने मी खोलीत परत आले. हा लढा राजचा आहे आणि त्याला एकट्यानेच तो लढावा लागणार आहे हे माझ्या लक्षात आले.

दिवस अठ्ठाविसावा

आम्ही वसईच्या दिशेने निघालो. आम्हा सर्वांची तब्येत ढासळली होती, शांतता ढळली होती आणि आता आमचे मनदेखील थाऱ्यावर नव्हते. डोक्याला शांतता मिळावी म्हणून मी पळून आल्यानंतर जेवायलाच गेले नाही. संध्याकाळपर्यंत वातावरण अजूनच चिघळले. कोणीच फारसे काही बोलत नव्हते. मात्र, केवळ राजकरता आलेल्या काही धावपटूंनी शर्यत पूर्ण करण्यासाठी त्याच्याबरोबर पळायचे ठरविले. आमच्या आयुष्यातले ते

काही तास संपता संपत नव्हते. अठ्ठेचाळीस तास शुद्ध नरकयातना!

संध्याकाळी पळायला सुरुवात करायच्या किंचित आधी आईचा फोन आला– ''कशी आहेस? मी जरा विचित्र वेळेला फोन केलाय, पण आता तू घराच्या अगदी जवळ आली असशील. आणि आम्ही १९ मेला मुंबईला पोहोचतोय. तुला कधी एकदा भेटतोय असं झालंय. तुझ्या शेवटच्या टप्प्यासाठी शुभेच्छा!'' ती प्रोत्साहन देत म्हणाली.

''ममा, सगळं फार कठीण होऊन बसलंय गं. जसं संपायला पाहिजे तसं हे संपत नाहीये.''

जगातील तमाम आयांप्रमाणे तीही एकदम घाबरून गेली. चिनू, तुला काही होतंय का?

''नाही, मी बरी आहे; पण मला घरी यावंसंच वाटत नाहीये आणि तरी घरची खूप आठवण येतेय. हे सुंदर दिवस फार लवकर संपले.'' घडत असलेले सर्व काही तिला सांगावे असे फार वाटत होते, पण तिने काळजी करत बसावे अशी माझी इच्छा नव्हती.

तिची मुलगी जवळजवळ गेले तीस दिवस वैराण रस्त्यांवरून आणि धुळीने भरलेल्या महामार्गांवरून पळत होती. लवकरच ती एका महत्त्वाच्या टप्प्यावर पोहोचणार होती. आपल्या आईच्या त्या उत्सुकतेने, आनंदाने आणि अभिमानाने भरलेल्या क्षणावर विरजण घालावे असे मला अजिबात वाटत नव्हते. मी तिचे एवढे देणे नक्कीच लागत होते.

ती माझी समजूत काढत राहिली, ''एवढा विचार करू नकोस. प्रवाहाबरोबर पोहत रहा. कधी वाटेत अडथळे येतात त्यालाही काही कारण असतं. त्यानंतर नवीन कशाची तरी सुरुवात होते.'' मी हसले. मला उत्तर मिळाले होते. माझ्यासाठी ही नवीनच सुरुवात होती. माझा पुनर्जन्म झाला होता.

रात्री बराच वेळ झोप येत नव्हती म्हणून मी अरविंदला फोन केला. एवढ्या रात्री फोन आल्याचे त्याला आश्चर्य वाटले.

त्याच्या आवाजात काळजी डोकावत होती. ''तू अजून झोपली का नाहीस?''

मी उत्तर दिले, ''काही नाही, असंच. उद्या मी १५०० किमीपेक्षा जास्तच अंतर पार करेन. ठरलेल्या अंतराच्या पुढेच आहे मी.''

''मला माहीत होतंच, तू हे करून दाखवशील ! पण तू आत्ता का जागी आहेस? जा आता, झोप. आपण उद्या भेटूच.'' तो म्हणाला. त्याला स्वतःला तर झोपायचे होतेच शिवाय मी पण आराम करावा अशी त्याची इच्छा होती.

पण मग मी एकदम बॉम्बच टाकला. मी त्याला सांगितले, की मी दुसऱ्या दिवशी घरी परत येते आहे. तो खडबडून जागा झाला.

'''खरं सांगतीयेस का तू हे?''

मी त्याला आजच्या दिवसातल्या सगळ्या घडामोडी सांगितल्या. दिवसभरात मी त्याला थोडीफार कल्पना दिली होती, पण एकूण सगळा विचका झाल्याचे कळल्यावर तोही स्तब्ध झाला.

मन शांत ठेवायला मी दुसऱ्या दिवशी घरी परत जायचे ठरविले. आम्ही सर्वांनी मिळून मागच्या काही आठवड्यांमध्ये एक सुंदर गोष्ट निर्माण केली होती. त्याला झाकोळून टाकणाऱ्या बीभत्स आणि घाणेरड्या प्रकारापासून मला स्वतःला दूर ठेवायचे होते. आपल्या आयुष्यात मला हे असले नाटक नको होते. ''२० मेला जेव्हा घरच्यांसमोर मी ही शर्यत संपवेन तेव्हा मला ती हसत हसत संपवायची आहे, रडतखडत किंवा कुढत बसायचं नाहीये.'' मी अरविंदला सांगितले. त्याने नेहमीप्रमाणेच सोशिकपणे आणि समजुतदारपणे माझे बोलणे ऐकून घेतले.

लांब पल्ल्याच्या शर्यतीचा सर्वात मोठा धडा म्हणजे सहनशील वृत्ती अंगी बाळगणे.

दीर्घकाळ आम्ही प्रदूषित वातावरणात, बेजबाबदार वाहनचालकांमुळे जणू मृत्यूचा सापळा बनलेल्या आणि नीट देखभाल न केलेल्या महामार्गांवर झगडत होतो. आमची सतत परीक्षा होत होती आणि आम्हाला सतत अत्यंत सावध राहावे लागत होते. शर्यतीत टिकून कसे राहता येईल आणि चांगल्या वेगाने कसे पळता येईल याचाच सतत विचार केल्याने आम्हाला

आपापसात धुसफूस करायला वेळच नव्हता. जे होईल त्याला आम्ही शांतपणे तोंड देत होतो आणि पुढे जात होतो.

असामान्य काही तरी मिळविण्याचा प्रयत्न करताना त्याची किंमत मोजावीच लागते. जुन्या सोबत्यांबरोबर झालेले मतभेद ही आम्हाला अजाणता चुकवावी लागलेली किंमत होती. खरे तर आपल्या लक्ष्यापासून नजर ढळू न देता, सर्व नकारात्मक गोष्टींना आपलेसे केले पाहिजे.

जेव्हा जेव्हा आम्हाला दुखापती झाल्या किंवा सर्व काही सोडून द्यावेसे वाटले तेव्हा तेव्हा असह्य हवामानाचे कारण देणे किंवा ढिसाळ आयोजनाला दोष देणे सोपे होते. पावलोपावली आमची परीक्षा होत होती. आमचा विश्वास, आमची सहनशक्ती, आमची श्रद्धा या सगळ्याची परीक्षा होत होती. हे सगळे खरेच एवढ्या लायकीचे आहे का, असे आम्ही मधूनच स्वतःला विचारत असू. आम्हाला प्रत्येकालाच आपापला लढा द्यावा लागला होता आणि आता निरोप घेऊन पुढे जाण्याची वेळ आली होती.

मी नवऱ्याला गुडनाइट म्हटले आणि झोपून जायचे आश्वासन दिले. डोळे बंद करून मी घरच्यांचा विचार करू लागले. मग पलंगावरून उठले, पर्स बाहेर काढली आणि त्यांचे फोटो बघू लागले. मी एका सामान्य कुटुंबात जन्माला आले ह्याचे मला बरेच वाटले. त्यामुळेच हा विक्रम करणे मला सोपे झाले होते.

लोकप्रिय समजुतीविरुद्ध जाऊन मला असे वाटते, की ख्यातनाम पालकांच्या मुलांपेक्षा साध्या घरांतून आलेल्या मुलांना काही तरी उदात्त करणे सोपे जाते. एखाद्या यःकश्चित ,साध्या माणसाला कोणतेच दडपण, तुलना यांना सामोरे जावे लागत नाही, आणि काही करायला जमलेच तर त्याच्या वाट्याला फक्त कीर्ती येते. काही तरी मिळवायची आणि विशेष कोणी तरी बनून दाखविण्याची त्याला जन्मजात खाज असते. मात्र, एखाद्या प्रसिद्ध पालकांच्या मुलाला मात्र पहिला झगडा करावा लागतो तो स्वतःच्या कोषातून बाहेर येण्यासाठी, त्या प्रसिद्ध आडनावाच्या सावलीतून दूर जाण्यासाठी आणि घाम गाळण्यासाठी. पण तेथेसुद्धा आयुष्यभर तुलना होत राहते आणि कष्ट करून मिळवलेले यशदेखील पालकांच्या प्रसिद्धीच्या तेजापुढे झाकोळले जाते.

आपलाच अभिमान वाटून घेत मी पलंगावर पडले. आज केवळ मीच महत्त्वाची होते.

२५

मन कल्लोळ कल्लोळ

दिवस एकोणतिसावा

मुंबईत प्रवेश करायच्या आधी आमचा आज रस्त्यावरचा शेवटचा दिवस होता. आम्ही सगळ्यांनी एकत्र पळायला सुरुवात केली. वेस पार करून आम्ही शहरात पोहोचलो. त्यात फारसा आनंद किंवा उल्हास नव्हता, मात्र प्रत्येकालाच हायसे वाटल्याचे दिसत होते.

तसा जेवताना आम्ही सर्वांनीच एकदा शेवटचा आनंद साजरा केला, पण तो नक्कीच फिका पडला होता.

संध्याकाळी आम्ही १५०० किमी पार केले. अखेरची एकदा मी रस्त्यावर लोळण घेतली. हा रस्ताच इतके दिवस माझे घर बनला होता. मी वर आकाशाकडे पाहिले.

माझा सगळा भूतकाळ आणि मी जे काही भोगले होते ते सर्व डोळ्यांसमोर चमकून गेले. बाजूने एका कारमधून एक कुटुंब

जाताना मला दिसले. त्यांच्याबरोबरच्या लहान मुलाकडे पाहिले आणि आपल्याला स्वतःचे मूल असावे अशी प्रबळ इच्छा मला झाली. मनात भावनांचा कोलाहल माजला होता. महिन्याभरापूर्वी मला ही दौड सोडून बाकी कशाचीही पर्वा नव्हती. माझ्या इच्छेने आणि इच्छेविरुद्ध एवढे सगळे सहन केल्यानंतर आता मात्र मला काहीही करून आई व्हावेसे वाटत होते.

पण ह्या प्रबळ इच्छेबरोबरच एक टोचणी लागून राहिली– आपण आपल्या शरीराचं काय केलंय! हे असं शरीर कधी बाळाला जन्म देऊ शकेल का? आपण आपल्या स्तनांची आणि गुडघ्यांची वाट लावली आहे आणि दमा अजूनच चिघळला आहे. आपण मूल कसे काय वाढवू शकू? आपण आपल्या शरीराचे जे नुकसान केले आहे ते बरे व्हायला अजून काही वर्षे तरी जातील हे माझ्या लक्षात आले. पुढची दोनेक वर्षे तरी मी आई व्हायला योग्य नसेन.

दुसरीकडे मला फारसा आनंदही होत नव्हता. म्हणजे शारीरिक आणि मानसिकदृष्ट्या क्लेशदायक दिवस संपले म्हणून मला खरे तर आनंद व्हायला हवा होता. १५०० किमी पार करताना माझा जणू एक मुलगी ते स्त्रीपेक्षाही अधिक काही तरी असा प्रवास झाला होता. अगदी खरे सांगायचे तर आता मला फक्त आई व्हायचे होते.

मला इतके काही बोलावेसे वाटत होते की त्या अव्यक्त शब्दांमुळे गुदमरायला झाले होते. मी फक्त आकाशाकडे पाहत राहिले आणि माझ्या डोळ्यांतून अश्रू ओघळू लागले. ते अश्रू होते आनंदाचे, दुःखाचे, रागाचे आणि वेदनेचे.

माझ्या मनात स्वतःबद्दलच करुणा दाटून आली. आपले शरीर हळुवारपणे कुरवाळत त्याची शुश्रूषा करावी आणि ते पूर्ववत करावे असे वाटत होते. मी आपल्याच पोटावरून हात फिरवत आई होणे कसे वाटत असेल ह्याची कल्पना करत बसले होते. शिवाय एक फार सुंदर आणि मौल्यवान गोष्ट मला सापडली होती, ती म्हणजे मी स्वतःच!

थोड्या वेळाने मागे वळून पाहिले, तर प्रीतम माझ्याकडे बघत उभा राहिलेला मला दिसला. त्याच्याकडे बघून मी हसले आणि निघण्यासाठी म्हणून उठून उभी राहिले.

मला थांबवून त्याने एक फार अविस्मरणीय गोष्ट सांगितली: ''मॅडम, हा प्रवास संपला नाहीये. रस्ता खूप लांबवरचा आहे. तुमचा मत्सर करणारे आणि तुमच्यामागे तुमच्याबद्दल वाईटसाईट बोलणारे अनेक लोक तुम्हाला भेटतील. ही फक्त सुरुवात आहे. ह्याच्यापेक्षा किती तरी मोठ्या गोष्टी तुम्हाला आयुष्यात कराव्या लागतील. अशा वेळेला कधीही भावनेच्या आहारी जाऊ नका. फक्त तुमच्या मनाचं आणि बुद्धीचं ऐका, आजूबाजूच्या लोकांनी केलेली बडबड ऐकू नका.''

प्रीतम काही तरी अशुभसूचक बोलत असला तरी ते ऐकायची माझी तयारी नव्हती. कारण ते ऐकणे किंवा त्याच्या सूचनेची दखल घेणे म्हणजे मी आत्ताच स्वतःबरोबर घालवलेल्या खास क्षणांचे वाटोळे करण्यासारखे होते.

संध्याकाळी पळून झाल्यावर मी आम्ही राहत असलेल्या हॉटेलवर गेले. मला घरी जाण्याकरता सामान आवरायचे होते. मिलिंद आणि अपूर्व अगोदरच सामान बांधून तयार होते. एकाच वेळी आनंद आणि दुःख दोन्ही वाटत होते. जणू आम्ही उघड्यावर आलो होतो.

आमचा प्रवास संपला होता, पण तो असाच चालू राहावा असे मला वाटत होते. उरलेल्या आयुष्यात मला हेच करायचे होते. पण हे माहीत असले तरी उदरनिर्वाहासाठी मला काम करणे भाग होते. मनाच्या कप्प्यात जपून ठेवावा असाच हा प्रवास होता.

मी माझ्या मदतनीसांच्या गाडीजवळ गेले आणि प्रेमाने गाडीला कुरवाळले. त्या गाडीतला तो माझा शेवटचा दिवस होता. किती तरी वेळा ह्या गाडीने माझा जीव वाचवला होता. माझ्या अश्रूंची, माझ्या हास्याची, माझ्या लहानसहान जयाची आणि पराजयाची ती एकटीच मूक साक्षीदार होती. तू गरजेच्या वेळी मला फार मदत केलीस. एक दिवस मी तुला माझ्यासाठी कायमची विकत घेऊन टाकेन. मला कधी एकटेपणा जाणवू दिला नाहीस त्याबद्दल थँक्स... तिच्यावरून बोटे फिरवत मी तिला म्हणाले.

एवढे सगळे घडूनसुद्धा मदतनीसांबरोबर माझे चांगले नाते जुळले होते. त्यांच्या मदतीशिवाय मी हा पल्ला गाठूच शकले नसते. मी एकेकाला भेटून त्यांचे आभार मानले.

त्यांचा प्रमुख म्हणाला, ‘‘आम्हाला कोणालाही दुखवायचं नव्हतं. आमच्याकडून शक्य होईल तेवढं सगळं काही आम्ही केलं.’’

मी उत्तर दिले, ‘‘तुम्हाला सगळ्यांना थँक्स. तुमच्या मदतीशिवाय हे शक्यच नव्हतं. आपल्यात मतभेद असतील, पण मी नेहमीच तुमची ऋणी राहीन.’’

निरोप घेताना त्यांच्या प्रमुखाचे शेवटचे शब्द माझ्या मनात घोळत राहिले. आम्हाला कोणालाही दुखवायचं नव्हतं. मी अपूर्बकडे पाहिले आणि माझ्या मनात संघातील इतर धावपटूंचा विचार आला.

संघाचे नैतिक धैर्य खचले होते आणि त्याचा सर्वांवर परिणाम होत होता ह्याची मला जाणीव झाली. परस्पर साहचर्य नष्ट झाले होते आणि आम्ही सर्व आपापल्या मार्गाने जायला निघालो होतो.

मी सामान भरले आणि सर्वांचा निरोप घेतला. मदतनीसांनी आमची जायची व्यवस्था केली होती. उद्या बोरिवलीच्या संजय गांधी नॅशनल पार्कमध्ये मुंबईतील पळणाऱ्या लोकांबरोबर एका लहानशा दौडीचे आयोजन केले होते.

आपली दौड संपत आल्याची मला घरी जाताना तीव्रतेने जाणीव झाली. वाहतुकीच्या कोंडीसाठी मुंबई जगविख्यात आहे. घरी जाताना बराच वेळ रहदारीमध्ये अडकून पडले तेव्हाच शिक्कामोर्तब झाले– मी घरी परत आले होते!

अखेर मी ही दौड यशस्वीपणे पूर्ण करून दाखवली होती.

आमच्या इमारतीच्या खालच्या रस्त्यावर अरविंद माझी वाट बघत होता. त्याला एवढे आनंदात मी याआधी कधीच पाहिले नव्हते.

मी घरात गेले. जाताना ते जसे होते तसेच आत्ताही दिसत होते. पण प्रत्येक वेळेस पळून आल्यानंतर माझ्यासाठी थांबणारे माझे सोबती मात्र आत्ता नव्हते. त्यांची मला खूप आठवण आली. अखेर सर्व काही संपले होते. मी अरविंदकडे पाहिले आणि रडू लागले.

जे काही करायला मी बाहेर पडले होते ते सर्व मी मिळवले होते. पण हा

सांघिक प्रयत्न असावा हेदेखील अपेक्षित होते, आणि तिथेच आम्ही कमी पडलो होतो.

त्या रात्री आम्ही जेवायला बाहेर पडलो. माझ्या यशाचा आनंद साजरा करण्यासाठी नवऱ्याने एका भपकेदार रेस्टॉरंटची निवड केली होती. पण रेस्टॉरंटमध्ये जाऊन बसल्यावर मला फार विचित्र वाटू लागले. पळण्याचे कपडे घालूनच रात्रीचे जेवण करायची मला इतकी सवय झाली होती! कित्येकदा ते कपडे घामाने भरलेले आणि वास मारणारे असत. इथे येताना मी छान कपडे घालून आले असले तरी आपण अजूनही पळण्याची शॉर्ट्स, टी-शर्ट आणि नाइकेचे शूज घातले आहेत असेच मला वाटत होते. आणि लोक आपल्याकडे विचित्र नजरांनी तर बघत नाहीयेत ना याची खात्री करायला मी आजूबाजूला बघत होते. नवऱ्याने माझ्याकडे पाहिले आणि किंचित हसून मला शांत करायला म्हणून माझा हात दाबला. आरामात रहा, मन शांत ठेव आणि मजा कर, असे त्याने मला सांगितले. आम्ही शांतपणे जेवलो. माझ्या डोक्यात इतके विचार येत होते की ते कसे बोलून दाखवावे हेच मला समजत नव्हते. सोशल मीडियावर काय चालू आहे ह्याची खबरबात मला नवऱ्याने दिली. आम्हाला मिळणारा वाढता पाठिंबा, राजबाबत घडलेल्या घटना आणि त्याला बाहेर काढल्यामुळे उठलेले वादळ याबद्दल तो बोलत राहिला. दुसऱ्या दिवशी संजय गांधी नॅशनल पार्कमध्ये होणाऱ्या दौडीत राज आमच्याबरोबर पळणार आहे असेही त्याने सांगितले. आता संघाचा भाग नसला तरी एक स्वतंत्र धावपटू म्हणून राज अजूनही आमच्याबरोबर पळत होता.

मला मात्र इतकी खात्री वाटत नव्हती. रात्री मी राजला फोन केला. दुसऱ्या दिवशी पळायला यायचे राजने मला आणि अरविंदला आश्वासन दिले. तरीही रात्रभर मी या कुशीवरून त्या कुशीवर वळत माझ्या स्वतःच्याच पलंगावर झोपेशिवाय तळमळत होते.

दिवस तिसावा

पळतानाच्या माझ्या रोजच्या सवयीनुसार मी पहाटे २ वाजता उठून तयार झाले. अरविंद झोपला होता. मुंबईतील दौड सकाळी ७ वाजता सुरू होणार होती.

माझ्याकडे अजून भरपूर वेळ होता. अरविंद उठेपर्यंत मी खाली जाऊन बराच वेळ समुद्रावर बसले. अरबी समुद्रावर सूर्योदय होताना पाहिला आणि एवढे दिवस मला सोबत केलेले अनेक सूर्योदय आठवले. पाण्याला भरती–ओहोटी आलेली बघताना आमच्या संघाने एकत्र अनुभवलेले आसू आणि हसू मला आठवत होते.

नंतर आम्ही बोरिवली नॅशनल पार्कला गेलो. जाताना आम्ही आपापल्या विचारांत मग्न असल्याने गप्पच होतो.

''सगळं काही ठीक होईल. आज तुम्ही सगळे परत एकत्र याल.'' अरविंदने मला खात्रीपूर्वक सांगितले. तसेच होवो असे मला फार कळकळीने वाटले.

ह्या पळण्याच्या कार्यक्रमाच्या दारुण वस्तुस्थितीबद्दल सोशल मीडियावर हलकल्लोळ माजला होता. भडकलेल्या धावपटूंच्या समूहाकडून मिलिंद वगळता आम्हा सर्वांना मिळालेल्या असह्य वागणुकीबद्दल कडाडून टीका करण्यात आली. संताप आणि असंतोष एखाद्या विषाणूसारखा पसरत होता.

सगळे काही ठीक कसे असेल? हे एक कोडेच होते.

२६

अखेरचा टप्पा

आम्ही पोहोचलो तेव्हा संजय गांधी नॅशनल पार्क धावपटूंनी गजबजून गेला होता. आमचे मदतनीसदेखील तेथे होते.

मी आजूबाजूला आपले साथीदार दिसतायत का ते पहिले. सर्वांत प्रथम अपूर्ब त्याच्या घरच्यांबरोबर आला. महेश आणि सज्जनदेखील लवकरच येऊन पोहोचले. थोड्या वेळाने मिलिंद आला. आम्ही सगळेजण गप्पा मारत, हास्यविनोद करत होतो. पण राज अजून आला नव्हता. मी त्याच्या वाटेकडे उत्सुकतेने नजर लावून बसले होते.

एकदाचा तो येताना दिसला आणि मला बरे वाटले. मी त्याच्याकडे एक कृतज्ञतापूर्वक कटाक्ष टाकला आणि आम्ही आपापल्या जागा घेऊन पळायला तयार झालो.

पळून झाल्यावर आम्ही सगळे एकत्र अल्पोपाहार घेत होतो. आमच्याबरोबर मदतनीसदेखील होते. तेव्हा मुंबई मॅरेथॉन रनर्स ग्रुपच्या काही सदस्यांनी मिलिंदला राजबद्दल विचारले. सोशल

मीडियाच्या कृपेने सर्वांनाच राज आणि मदतनीस यांच्यातील वादावादीचा सुगावा लागला होता.

मिलिंदने अत्यंत शांत आणि स्थिरचित्ताने उत्तर दिले, ''राज ह्या संघाचा एक भाग होता आणि आहे. मदतनीसांनी त्याला जायला सांगितलं होतं, आमच्या संघाने नाही. एक संघ म्हणूनच आम्ही पळालो आणि एक संघ म्हणूनच आम्ही ही दौड संपवणार आहोत.''

त्याच्या ह्या उत्तराने वातावरण मोकळे झाले.

किती तरी लोक मला माझ्या अनुभवाबद्दल विचारत होते; पण अजूनही ते योग्य शब्दांत मांडायला मला प्रयास पडत होते. माझ्या दृष्टीने हा प्रवास अजून संपला नव्हता.

दरम्यान अरविंद मला सोडून माझ्या आई-वडिलांना आणायला गेला. ते केवळ मला शर्यत संपवताना बघायचे म्हणून विमानाने आले होते. आमचे पळून होईपर्यंत ते पोहोचले. त्यांना बघून मला कमालीचा आनंद झाला. त्यांना घट्ट मिठी मारून रडावे असे मला वाटत होते, पण आजूबाजूला खूप गर्दी असल्याने मी स्वतःला आवरले.

घरी जाताना पपा आणि ममा एकच प्रश्न विचारत होते- कसा होता सगळा अनुभव? मला भिरभिरायला झाले. कुठून सुरुवात करावी तेच कळेना.

सगळे काही ठीक आहे असेच मी त्यांना त्या दिवसापर्यंत सांगितले होते. पण आज मी त्यांना सर्व काही खरे खरे सांगून टाकणार होते. आई-बाबांना अजूनच उत्सुकता लागून राहिली. ''पपा'', मी म्हणाले, ''रोज पळताना मी जे गाणे ऐकायचे तेच आता तुम्हाला ऐकवणार आहे.''

''रुक जाना नहीं तू कहीं हार के,

काटों पे चल कर मिलेंगे साये बहार के''

(हरून कधीच एका जागी थांबू नकोस. काट्याकुट्यांतून चालल्यावरच वसंत ऋतूचा आनंद मिळतो.)

संगीत हेच उत्तर होते. घरी जाईपर्यंत आम्ही सगळेच खूप शांत होतो. गाडीच्या खिडकीतून बाहेर पाहिले, तर फक्त गाड्या आणि इमारती एवढेच मला दिसत होते. परत एकदा जीवघेण्या शर्यतीत जायच्या कल्पनेनेच मला निराश वाटत होते. आम्ही सगळे ज्या गोष्टींमागे पळत होतो त्यातले काहीच मृत्यूनंतर बरोबर नेता येण्याजोगे नव्हते. आणि जेव्हा आम्ही पर्यावरणाबद्दल जनजागृती करण्याच्या उद्देशाने १५०० किमी पळालो होतो तेव्हा भारतातील बहुतेक लोकांना त्याबद्दल काहीही माहिती नव्हती.

रात्री मी राजला फोन करून त्याचा दुसऱ्या दिवशीचा बेत विचारला. तो अजूनही नाराज होता आणि दुसऱ्या दिवशी आमच्याबरोबर टीव्ही स्टुडीओत पळायला यावे का नाही हे त्याचे ठरत नव्हते. माझ्याकडे यावर एकच उत्तर होते– त्याने यायलाच पाहिजे. कोणीच त्याला रोखू शकत नाही.

''एक संघ म्हणून एकत्र काम करताना आणि कठीण परिस्थितीशी झगडताना असे छोटे छोटे खटके उडणारच. तुझं भांडण झालं नसतं तर आमचं कोणाचं तरी झालं असतं. अशा परिस्थितीत लोक एकत्र येतात तेव्हा हास्यविनोद होतात तशीच भांडणंही होतात. आपण चांगलं तेवढं बघायचं आणि वाईट गोष्टी सोडून द्यायच्या.'' मी त्याला सांगितले. थोड्या नाखुषीनेच राजने हे मान्य केले.

एव्हाना जे जे लोक आमच्या ह्या कार्यक्रमाकडे लक्ष ठेवून होते त्यांचा राजला पाठिंबा मिळू लागला होता; पण तरीही त्याला एकाकी, बाजूला पडल्यासारखे, वाळीत टाकल्यासारखे वाटत होते. त्याला फक्त त्याच्या मित्राची मिलिंदची साथ हवी होती. बाकी कशानेच काही फरक पडत नव्हता.

दिवस एकतिसावा

२० मे २०१२

मला परत पहाटे २ वाजता जाग आली. स्वतःसाठी चहा बनवायला म्हणून मी स्वयंपाकघरात गेले तेव्हा आई–बाबा जागेच असलेले दिसले.

चिंताक्रांत होऊन मी त्यांच्या खोलीत गेले. ''तुम्ही एवढ्या लवकर का उठलात?'' काय झाले असावे, असा विचार करत मी त्यांना विचारले.

''आम्हाला माहीतेय तुला काही तरी खुपतंय. माझ्या डोक्यावरून हात फिरवत आई म्हणाली, तू मनमोकळं घडाघडा बोलत जा. त्याने डोक्यावरचं ओझं कमी होतं.''

मी मलूल हसले. ''ममा, माझं ऐकून घे. काही झालं नाहीये. फक्त असं आहे, की आता ही दौड संपलीये हे अजून मला खरंच वाटत नाहीये. मला स्वतःच्याच घराची अजून सवय झालीये असं वाटत नाहीये.''

''चिनू, आम्हाला वाटलं होतं, एवढा मोठा पराक्रम गाजवल्यावर तू एकदम खूष असशील, हसत असशील; पण तू तर अगदी निर्विकार दिसतेयस. ह्या जगातच नसल्यासारखी वाटतेयस. तू काही अशी नव्हतीस.'' आई म्हणाली.

बाबा पुढे म्हणाले, ''चिनू, आपण जेव्हा एकटेच चालत असतो किंवा पळत असतो तेव्हा आपल्याला आपल्या जगाचा विसर पडतो. पण त्या जगाचं भान ठेवायला पाहिजे. ह्या प्रवासात जे काही शिकलो त्याचा उपयोग आपल्या खऱ्या आयुष्यात केला पाहिजे. इतरांना प्रेरणा द्यायला पाहिजे, शिकायला पाहिजे, कृतज्ञता बाळगली पाहिजे आणि मन विशाल केलं पाहिजे. तुझ्या ह्या प्रवासात काय झालं मला माहीत नाही, पण तू ते लिहून काढावंस असं मला वाटतं. तू तुझा अनुभव जगाला सांगितला पाहिजेस.''

''मी ठीक आहे पपा, पण का कोण जाणे, खूष नाहीये.'' मी सगळा धीर एकवटून बोलले.

पुढे अजून काय बोलावे मला कळेना. त्यांचे विचार दुसरीकडे वळवायला मी बोलू लागले, ''तो निसर्ग, हायवे आणि माझा संघ यांच्याशिवाय खूप चुकल्याचुकल्यासारखं वाटतंय. ह्या सगळ्याचा इतका लळा लागेल आणि प्रवास संपल्याचं इतकं दुःख होईल असं मला वाटलंच नव्हतं. उद्यापासून परत माझी गुलामगिरी चालू होईल. परत एकदा मी त्या क्षुल्लक पगारवाढीच्या मागे धावायला लागेन. माझा पगार काय आहे आणि मी कोणती गाडी चालवते यावर सगळं जग मला मापून बघेल. पण आता मला

लोकांच्या मताची पर्वा वाटत नाही. मी तयार आहे.''

हळुवारपणे बाबा म्हणाले, ''आम्हाला तुझा फार अभिमान वाटतो. ज्यासाठी लोकांना गुरू आणि योगी लोकांचा आसरा घ्यायला लागतो ते सत्य तुला उमगलंय ह्याचा मला आनंद आहे. निसर्गानेच तुला मार्ग दाखवला आहे. नशीबवान आहेस.''

मी त्यांच्यासाठी चहा बनवला आणि आम्ही सूर्योदय बघायला समुद्राकडेच्या रस्त्याने जायचे ठरविले.

मला जी हुरहूर लागून राहिली होती त्याबद्दल मी त्यांना काही सांगितले नाही. आमची दौड कशी संपणार आहे ह्याची मला चिंता लागून राहिली होती. मागच्या काही दिवसांत काय घडले ते मी अजूनही त्यांना सांगितले नव्हते.

यथावकाश मी पुन्हा एकदा पूर्वीसारखी बडबडू लागले आणि हसू-खिदळू लागले. सकाळपर्यंत आम्ही गप्पा मारत होतो. मागच्या तीस दिवसांमध्ये घडलेल्या सगळ्या गोष्टी ऐकायला मी फार उत्सुक होते. अरविंद तेथे येईपर्यंत आम्ही सगळे एकदम ताजेतवाने आणि खूष दिसत होतो.

आम्ही अगदी वेळेत अंधेरीतील फिल्मसिटीला पोहोचलो. ज्या प्रसारमाध्यमाने हा कार्यक्रम आयोजित केला होता त्यांच्या स्टुडिओपर्यंत पळत जाताना आमचे शूटिंग होणार होते.

ही दौड जशी सुरू झाली होती तशीच ती संपावी असे मला फार वाटत होते. राजने पण यावे अशी माझी खूप इच्छा होती. मुंबईतील काही धावपटूदेखील आम्हाला पाठिंबा दर्शविण्यासाठी पळणार होते. मदतनीसांचे वागणेदेखील आज बरेच बदलले होते असे माझ्या लक्षात आले. एवढा प्रदीर्घ आणि त्रासदायक कार्यक्रम अखेर आज संपणार म्हणून ते खूष दिसत होते. कारण काहीही असो, मला आनंद वाटला.

राज सोडून सर्वजण हजर होते. अपूर्व आपली आई, बायको आणि मुलगी यांच्याबरोबर आला होता. मी माझ्या घरच्यांबरोबर होते. मिलिंदबरोबर त्याचे चाहते आणि जवळचा मित्र राहुल बोस हे होते. महेशबरोबर त्याचे

मित्र आणि त्याचा प्रशिक्षक हे होते, तर सज्जनचे कुटुंब म्हणजे आम्हीच होतो.

सुदैवाने सुरुवात करायला काहीच मिनिटे उरली असताना राज आला.

आम्ही सर्व धावपटूंनी एकमेकांचे हात धरले आणि म्हणालो, ''चला, एकदा शेवटचं एकत्र पळू या.'' आम्ही जवळजवळ रडतच होतो.

पहिल्या दिवशी पळालो होतो अगदी तसेच आम्ही शेवटीही एकत्र पळालो. नेहमीप्रमाणेच सुरुवातीचे काही अंतर मी त्यांच्याबरोबर होते आणि नंतर मागे पडू लागले. पण त्या प्रत्येक पावलागणिक मला आनंदच होत होता.

ह्या सर्वांना पुढे पळताना बघून मला सार्थक झाल्यासारखे वाटले. माझे स्वप्न प्रत्यक्षात आले होते. ग्रीनेथॉन आम्ही जशी सुरू केली होती तसाच त्याचा शेवट करणार होतो.

समारोप

तीस दिवसांच्या प्रदीर्घ पळण्यानंतर आम्हा सर्वांमध्येच काही ना काही अपरिवर्तनीय बदल घडून आला होता. मात्र, आता आम्ही सगळेच आपापल्या दैनंदिन व्यापात बुडून गेलो होतो. आमच्यापैकी बहुतेकांना त्याखेरीज दुसरा काही पर्याय नसल्याने फार कठीण जात होते.; पण आमच्यातील मैत्री आणि सद्भाव मात्र काळाच्या ओघात टिकून राहिला आहे.

ग्रीनेथॉननंतर राज वदगामाने आपला इंटीरियर डेकोरेटरचा व्यवसाय चालू ठेवला, पण बाहेर मोकळ्या हवेत फिरण्याची आवड, आपले कौशल्य आणि पळण्याची जबरदस्त इच्छा ह्या सर्वांचा समन्वय साधत त्याने स्वतःची एक्स्ट्रीम स्पोर्ट्स ही फिटनेस कंपनी चालू केली. त्याचा मुलगा इंजिनियरिंगला शिकत आहे. मी आणि राज आजही जवळचे मित्र आहोत.

अपूर्ब दासने आपली रेल्वेमधील नोकरी चालू ठेवली आणि आजही तो फेरारीसारखाच पळतो. त्याच्या बायकोची तब्येत आता सुधारली आहे आणि मुलगी सोफिया कॉलेजमध्ये शिकते. आम्ही आता निकटचे स्नेही आहोत. काळाच्या ओघात आमच्यातील नाते अधिकच गहिरे झाले आहे.

सज्जन डब्बासने परत आपल्या वडिलांबरोबर काम करण्यास सुरुवात केली आहे आणि जसा वेळ मिळेल तसा तो पळतो. अजूनही कधी तरी आम्ही एकमेकांशी बोलतो. आमच्या मनात एकमेकांबद्दल बरेच कौतुक आणि आदर निर्माण झाला आहे.

ग्रीनेथॉननंतर मिलिंद सोमणने विविध गटांतील स्त्रियांसाठी आपला स्वतःचा पिंकेथॉन नावाचा पळण्याचा उपक्रम चालू केला. स्तनांचा कर्करोग आणि स्त्रियांची तंदुरुस्ती ह्या दोन गोष्टींबद्दल जागृती निर्माण करण्यासाठी हा उपक्रम वर्षातून एकदा भारतभरातील शहरांमध्ये घेतला जातो. मिलिंद आणि मी अजूनही मित्र आहोत.

महेश माझ्या, राजच्या किंवा अपूर्बच्या संपर्कात नाही. तो कोठे आहे आणि काय करतो हे मला ठाऊक नाही पण त्याचे लग्न झाले असे ऐकिवात आहे.

तो आपल्या नवीन आयुष्यात सुखी असावा.

माझ्याबद्दल बोलायचे, तर तीस दिवसांत पळालेल्या त्या १५०० किमीपेक्षाही माझी आयुष्यातील दौड अधिक आव्हानात्मक ठरत होती.

कौतुक आणि प्रोत्साहन मिळण्याऐवजी माझ्या वाट्याला केवळ टीकाच आली – म्हणे मी इतकी हळू का पळत होते?

पळणाऱ्यांच्या समूहातील टीका करणारे आणि नाउमेद करणारे म्हणत होते, सुमेधा काही चांगली धावपटू नव्हे. ती फार हळू पळते. इतरांइतकी काही ती जोरात पळू शकत नव्हती. तिने ह्या कार्यक्रमात भाग तरी कशाला घेतला?

मला सन्मानाचे कोणतेही हारतुरे मिळाले नाहीत. ज्या धावपटूंच्या गटाचा भाग होण्यासाठी मी एवढे प्रयत्न केले होते तेच मला माझ्या क्षमतेबद्दल प्रश्न विचारण्यात गढले होते. पण खरे सांगायचे तर त्यांच्या पावतीची मला आता गरज नव्हती. ज्या प्रकारे आणि ज्या परिस्थितीत मी पळाले होते त्यातून मी एक महत्त्वाचा धडा शिकले– आपल्यावर होणाऱ्या टीकेकडे कानाडोळा करणे.

अर्थात येथेही रुपेरी किनार होतीच. बहुतेक लोक जेव्हा माझ्या पाठीमागे माझ्याबद्दल बोलत होते तेव्हा काही लोक असेही होते ज्यांना मी मार्गदर्शन करावे असे वाटत होते. १५ ऑगस्ट २०१२ ला अमृतसरमध्ये माझा सत्कार करण्यात आला. अनेक कॉलेजेस आणि कॉर्पोरेट कंपन्यांमध्ये मला प्रेरणादायी व्याख्याने देण्यासाठी बोलावले. ज्या कॉलेजमधून मी पदवी घेतली त्या अमृतसरच्या डीएव्ही कॉलेजने माझा सत्कार केला आणि विद्यार्थ्यांना मार्गदर्शन करण्यासाठी बोलावले. माझा जुना हिशोब चुकता झाला.

२१ मे २०१२ ला मी लगेच कामावर रुजू झाले. माझ्या सर्व रजा संपल्या होत्या. माझ्या महत्त्वाकांक्षेची झळ माझ्या गुडघ्यांना लागली होती; पण त्यांची तपासणी करायलादेखील मी रजा घेतली नाही. एकूणच, तब्येतीच्या आघाडीवर फारसे बरे चित्र नव्हते. स्ट्रेस फ्रॅक्चर झाले असल्याने चार महिने मी पळू शकले नाही. त्यामुळे तंदुरुस्त राहण्यासाठी मी योग आणि चालणे एवढेच चालू ठेवले होते.

दिवसेंदिवस ऑफिसमधील वातावरण अधिकच असमाधानकारक होऊ लागले. आपल्या कामाशी माझे नातेच जुळू शकत नव्हते. पैसा, आभासी हुद्दे आणि बढत्या यांना माझ्या दृष्टीने काहीच अर्थ उरला नव्हता. अत्यंत क्षुल्लक गोष्टीसाठी आपण आपल्या जिवाची मरमर करून घेतो आहोत अशी माझी खात्री पटली होती.

असले निरर्थक व्यावसायिक आयुष्य असह्य होऊन मी ऑक्टोबरमध्ये राजीनामा दिला. आपल्याला नक्की काय हवे आहे ह्याचे उत्तर मिळविण्यासाठी मी काही काळ कामातून रजा घेतली. त्यानंतर मी अशा निष्कर्षाला आले, की आपल्यातील स्वत्व सापडल्यानंतर आता दुसऱ्या कोणाच्च्या तरी महत्त्वाकांक्षेला खतपाणी घालण्यासाठी मरमर करत ते वाया घालवायची आपली इच्छा नाही. पगार आणि बढती यापेक्षा अधिक काही तरी मला हवे होते. ह्याच काळात मी माझ्या पुढच्या मोठ्या उपक्रमाची तयारी सुरू केली. त्या वर्षी डिसेंबरमध्ये मी सलग चोवीस तासांत १५२ किमी पळाले. हा स्त्रियांच्या गटामधील नवीन राष्ट्रीय विक्रम आहे. एका वर्षात आपल्या खात्यात जमा झालेले विक्रम बघून माझा आत्मविश्वास दुणावला, स्वतःवरील विश्वास आणि श्रद्धा अधिकच बळकट झाली. माझ्या लक्षात आले, की मी कायम एक स्वप्न पाहिले होते पण आजपर्यंत कधीच ते प्रत्यक्षात आणायचे धाडस केले नव्हते. ते म्हणजे व्यवसायांची धोरणे ठरविणारी स्वतःची कंपनी काढणे. अरविंदला कदाचित ही योजना मान्य होणार नाही हे माहीत असूनही एकदा तरी प्रयत्न करू या म्हणून मी त्याच्याकडे ही इच्छा बोलून दाखविली. अपेक्षेप्रमाणेच तो म्हणाला, ''ही फार मोठी जोखीम आहे. आपली सगळी बचत आपल्याला यात ओतावी लागेल. तसं केलं तर अजून पुढची पाच वर्षं तरी आपल्याला मूल होऊ देता येणार नाही. हा फारच मोठा धोका पत्करावा लागेल. आणि तसंही सध्या आपल्या आयुष्यात भरपूर कर्ज आणि बांधिलकी आहे. तेव्हा हे काही फार शहाणपणाचं होणार नाही. एक दोन वर्षांत अजून थोडा अनुभव गाठीशी आला की मग हे करू शकतेस. तोवर मला असं वाटतं की तू परत कामाला सुरुवात करावीस. रिकामं बसल्याने तुझ्या डोक्यात एवढे जास्त विचार येतायत.'' मला त्याचे म्हणणे पटले आणि जानेवारी २०१३ मध्ये मी एका वित्तीय कंपनीत नोकरी धरली. परत माझे जुने आयुष्य सुरू झाले. पण असे ठरल्याप्रमाणे आयुष्यात कधीच काही घडत नाही.

फेब्रुवारी २०१३ मध्ये माझ्या पाठीला परत एकदा इजा झाली. मला स्लिप डिस्कचे निदान झाले. शिवाय माझ्या सायक्रोइलियाक सांध्याला सूज आली होती. माझे आयुष्यच बदलून गेले. अचानक सगळी उलथापालथ झाली. मला नोकरी सोडावी लागली, मातृत्वाचा निर्णय पुन्हा लांबणीवर टाकावा लागला आणि शिवाय पळणेही बंद पडले. अनेक महिने मी आढ्याकडे बघत पलंगावर पडून होते. पार कोलमडून गेले होते. पण स्वतःची दुःखे कुरवाळत बसायला मला वेळ नव्हता. आयुष्य फार अस्थिर आहे आणि मिळालेल्या वेळाचा जास्तीत जास्त उपयोग करून घेतला पाहिजे हे मला कळून चुकले. मी माझे स्वप्न पूर्ण करायचे ठरविले- व्यवसाय धोरणे ठरविणारी आपली स्वतःची कंपनी सुरू करणे.

अपेक्षेप्रमाणेच माझ्या ह्या निर्णयामुळे घरात मोठे वादळ उठले. मी फार मोठा धोका पत्करते आहे असे म्हणत प्रत्येकाने त्यावर आक्षेप घेतला. मुंबईतील एका उद्योजक मित्राचा सल्ला घेण्यासाठी मी त्याला भेटले; पण माझे ऐकून घेतल्यावर त्याने मला परावृत्त करायचा प्रयत्न केला आणि साफ सांगितले, ''सुमेधा, तू फक्त गेली दोनच वर्षं मुंबईत आहेस. इथल्या अर्ध्या जागा अजून तुला माहीतही नाहीत. स्वतःचा व्यवसाय सुरू करायचा आणि तोही व्यवसायाची धोरणं ठरवून देण्याचा, ही फार मोठी जोखीम आहे . सध्या तू फक्त स्वतंत्र काम करायला सुरुवात कर (फ्री लान्सिंग) आणि मग यथावकाश स्वतःची कंपनी सुरू कर.''

त्याच्या ह्या बोलण्याने मी सावध नक्कीच झाले, पण माझ्या मनाची तयारी झाली होती. हे आता केले नाही तर कधीच नाही, अशा निर्णयाला मी आले होते. मी स्लिप डिस्कवर उपचार घेण्यास सुरुवात केली. पाठीच्या कण्याचे तज्ज्ञ डॉ. अभय नेने आणि फिजिओथेरपी यांच्या मदतीने मी पुन्हा आपल्या पायावर उभी राहण्यात यशस्वी झाले आणि माझा गमावलेला आत्मविश्वासही परत मिळविला. मी थरारून गेले होते आणि पुढील कामासाठी पूर्णपणे सज्ज होते. आपल्या व्यवसायाच्या आखणीसाठी मी संशोधन करण्यास सुरुवात केली. स्वतःचीच कंपनी असल्याने मला लवकर बरे होता यावे म्हणून वेळ देता येणार होता आणि एक धावपटू म्हणूनही प्रगती करता येणार होती.

एप्रिल २०१३ मध्ये मित्रमंडळींच्या मार्गदर्शनाने आणि पाठिंब्याने मी 'कर्ता बिझनेस कन्सल्टिंग' नावाची स्वतःची कंपनी सुरू केली. सर्वांचे म्हणणे मी परत एकदा खोटे ठरविले.

'कर्ता बिझनेस कन्सल्टिंग' ही विपणन आणि व्यवसायाची धोरणे ठरविण्यास मदत करणारी कंपनी आहे. आम्ही विविध कंपन्यांमधील वरिष्ठ अधिकाऱ्यांना त्यांच्या व्यवसायांतील महत्त्वाचे प्रश्न सोडविण्यास मदत करतो. आम्ही केवळ अकार्यक्षम व्यवहाराने ग्रासलेल्या कंपन्यांचीच कामगिरी सुधारायला मदत करतो असे नसून, एरवी चांगल्या स्थितीत असलेल्या कंपन्यांनादेखील सतत हेलकावे खाणाऱ्या व्यावसायिक वातावरणात स्वतःची ध्येयधोरणे ठरविता यावीत म्हणून मदत करतो. आमची कंपनी अत्यंत व्यावसायिक पद्धतीने सेवा पुरविणारी असून व्यवसायाची/विपणनाची धोरणे आणि व्यवस्थापन प्रशिक्षण देणारे कार्यक्रम हे आमचे वैशिष्ट्य आहे.

आज, कर्ता बिझनेस कन्सल्टिंग भारतभरातील कंपन्यांना सेवा पुरवते. आमची ही अगदी लहानशी कंपनी आहे. काल ते एक स्वप्न होते, आज ते प्रत्यक्षात आले आहे.

पळण्याबाबत बोलायचे तर स्वतःच्या कंपनीमुळे उपचारांसाठी आणि पळण्याच्या तयारीसाठी मला वेळ काढता आला. पळणे परत सुरू करायला मला अठरा महिने लागल; पण आता मी माघारी फिरणार नाही. ऑगस्ट २०१४ च्या अखेरीस माझी गाडी परत रुळावर आली. आता मी अधिक मोठ्या ध्येयाकडे आणि अधिक लांबच्या अंतराकडे दृष्टी वळविली आहे. मातृत्वाचा विचार परत कधीतरी करता येईल.

माझा प्रवास आणि लढा चालूच आहे, पण मी मागे हटलेले नाही. उलट त्यामुळे माझा कष्ट करायचा निश्चय अजूनच बळावतो.

आपली स्वप्ने प्रत्यक्षात आणा. स्वतःच्या मनाचे ऐका. कितीही वेळा अपयश आले तरी बेहत्तर, पण हार मानू नका. आपली स्वप्ने पूर्ण होईपर्यंत हार मानायची नाही आणि स्वस्थ बसायचे नाही हेच आयुष्याचे सार आहे. उद्याचा दिवस कोणी पाहिलाय? आजचा दिवस काय तो खरा.

श्रद्धेने झोकून देऊन आपल्या स्वप्नांचा पाठपुरावा करा. सामाजिक संकेतांच्या ओझ्याखाली दबून तुम्ही जी स्वप्ने विसरून गेला होतात त्या स्वप्नांच्या मागे जा. उठा, तुमचे ध्येय साकार करा आणि सगळ्यांना दाखवून द्या–

अनंत अमुची ध्येयासक्ती,

अनंत अन् आशा,

किनारा तुला पामराला.

ऋणनिर्देश

सर्वांत प्रथम मला शिर्डीच्या साईबाबांचे आभार मानायचे आहेत. माझ्या पाठीशी सतत उभे राहिल्याबद्दल आणि मला माझी स्वप्ने न घाबरता साकार करता यावीत यासाठी मदत केल्याबद्दल मी त्यांची ऋणी आहे.

मी ह्या प्रवासाबद्दल लिहावे असे सुचविणारे आणि त्यासाठी प्रोत्साहन देणारे माझे वडील डॉ. विशव बंधू यांची मी आभारी आहे. त्यांच्या तगाद्याशिवाय हे पुस्तक पुरे होऊच शकले नसते. आयुष्यात खंबीरपणे माझ्या पाठीशी उभा असलेला माझा नवरा अरविंद प्रभाकरन याचे मी आभार मानते. त्याने माझी स्वप्ने पूर्ण करण्यासाठी नेहमीच मला पाठिंबा आणि प्रेरणा दिली आहे. त्याच्या पाठिंब्याशिवाय आणि प्रोत्साहनाशिवाय हे पुस्तक होऊच शकले नसते. माझी आई डॉ. कमलेश गुप्ता मला नेहमीच धाडसी आणि सुंदर आयुष्य जगण्यासाठी प्रेरणा देत आली आहे. त्यासाठी तिचे आभार. बहीण मृणालिनी मिश्रा, भाऊ केशव महाजन आणि मेव्हणा अभिषेक मिश्रा हे तिघेही माझे घट्ट मित्र आहेत आणि आयुष्यातील चढ-उतारांमध्ये त्यांनी कायम मला साथ दिली आहे. त्यांचे आभार.

लहानपणापासूनच मला माझ्या आकांक्षा पूर्ण करू दिल्याबद्दल माझ्या आजी-आजोबांची मी ऋणी आहे. माझा इतर सर्व परिवार आणि सासू-सासरे यांची मी आभारी आहे. ते नेहमी माझ्या पाठीशी ठामपणे उभे असतात. आणि माझ्या दृष्टीने त्याचे मोल फार मोठे आहे.

ग्रीनेथॉनमध्ये भाग घेण्याची संधी दिल्याबद्दल मी मिलिंद सोमण आणि राज वदगामा यांची, तर माझ्या सर्वांत पहिल्या मॅरेथॉनमध्ये (स्टँडर्ड चार्टर्ड मुंबई मॅरेथॉन) नाव नोंदविण्यासाठी मदत केल्याबद्दल प्रतीक आचार्य यांची आभारी आहे. मजकूर निवडीसाठी मदत करणारी कनिष्का गुप्ता आणि संपादन करण्यात मदत करणारी चंद्रिमा पाल यांची मी आभारी आहे. हे सगळे फारच चांगले लोक आहेत. माझी ही कहाणी प्रकाशित केल्याबद्दल रूपा पब्लिकेशनचे आभार.

शेवटचे आणि महत्त्वाचे- गेली अनेक वर्षे माझ्याबरोबर असणाऱ्यांपैकी कोणाचा उल्लेख अनवधानाने राहून गेला असल्यास मी त्यांची क्षमा मागते.

❖❖❖